செம்மை மாதர்

ஆளுமைகளிடம் ஆளுமை செலுத்திய
பெண்களின் கதை

கி.மணிவண்ணன்

டிஸ்கவரி புக் பேலஸ்

கே.கே.நகர் மேற்கு, சென்னை - 600 078.
(பாண்டிச்சேரி கெஸ்ட் ஹவுஸ் அருகில்)
Ph: 044-4855 7525 Mobile: +91 87545 07070

செம்மை மாதர்
ஆசிரியர்: கி.மணிவண்ணன்©

Semmai Maadhar
Author: K.Manivannan©

1st Edition: Dec - 2019
Pages : 128
ISBN : 978-93-89857-11-5
Drawings : Lena Bharathi
Cover Design : Aswad Shariati
Cover Pic : K. Rajasekaran

Discovery Book Palace (P) Ltd,
6, Mahaveer Complex, Munusamy Salai,
K.K.Nagar West, Chennai-600 078.
Ph: +91 - 44-4855 7525
Mobile: +91 87545 07070

E-mail: **discoverybookpalace@gmail.com,**
Website: **www.discoverybookpalace.com**

Rs. 160

வாழ்வின் அடிநாதம்
என்
**பட்டு அம்மாவுக்கும்,
கந்தசாமி தாத்தாவுக்கும்...**

கி.மணிவண்ணன்

அப்போதைய ஒருங்கிணைந்த தஞ்சை மாவட்டம், இப்போதைய நாகை மாவட்டம், மயிலாடுதுறை - குத்தாலம் தாலுக்கா, மேக்கிரிமங்கலம் கிராமத்தில் பிறந்தவர்.

அம்மா கி.தனலெட்சுமி, அப்பா E.R.கிருஷ்ணமூர்த்தி. பள்ளிப் படிப்பை பழைய கூடலூர், மயிலாடுதுறையில் படித்தவர். மயிலாடுதுறை ஏ.வி.சி. கல்லூரியில் பொறியியல் பட்டயப்படிப்பும், சிதம்பரம் அண்ணாமலை பல்கலைக்கழகத்தில் பொறியியல் பட்டப்படிப்பும் படித்தவர்.

காரைக்குடி அழகப்பா பல்கலைக்கழகத்தில் எம்.பி.ஏ., மற்றும் சென்னை லயோலா கல்லூரியில் விஷூவல் கம்யூனிகேஷன் படித்தார்.

கலைஞர் தொலைக்காட்சியில் ரசிகன், சகலகலா வல்லவன், கலைஞரின் சாதனைச் சரித்திரம் போன்ற நிகழ்ச்சிகளை இயக்கி, தயாரித்து வழங்கியவர்.

தொலைக்காட்சி நிகழ்ச்சிகள், விளம்பர படங்கள், ஆவணப் படங்கள், கார்பரேட் படங்கள், இசை, பொழுதுபோக்கு நிகழ்ச்சிகளை எழுதி இயக்கி வருகிறார்.

முன்னணித்தொலைக்காட்சிகளுக்கு கருத்தாக்கம், நிகழ்ச்சி வடிவமைப்பு செய்து வருவதோடு, நிகழ்ச்சி மேலாண்மை மற்றும் ஊடகத்துறையில் செயல்பட்டு வருகிறார்.

அவள் விகடன் இதழில் எழுத்தாளராக தனது எழுத்துப் பயணத்தை தொடங்கிய இவர், தொழில் நிமித்தமாக சென்னையில் வசிக்கிறார்.

'செம்மை மாதர்' இவரது முதல் நூல்.

யாதுமாகிய மணிவண்ணன்...

ச.அறிவழகன்

புனைவின் வீச்சுக்கு நிஜம் ஈடுகொடுப்பது எப்போதாவது நடக்கும் அற்புதம். அதை 'அவள் விகடன்' இதழில் வெளியான 'யாதுமாகி நின்றாள்' மூலமாக நடத்திக்காட்டினார் மணிவண்ணன்

ஒவ்வோர் அத்தியாயத்துக்கும் போற்றுதலுக்குரிய நபரைத் தேடுவதற்காக எடுத்துக்கொண்ட சிரத்தைகள்; ஓவியரின் வீட்டுக்கே சென்று, யாதுமாகி நின்றவளை வடிவமைப்பதற்காக நடத்திய ஆலோசனைகள், அச்சில் ஏற்றும்வரை அதை மெருகு கூட்டுவதற்காக நடத்திய மெனக்கெடல்கள்... யாதுமாகி நின்றான் மணிவண்ணன்!

வண்ணதாசனுக்கு 'யாதுமாகி நின்றவள்' பற்றி எழுதியபின் தொடரை நிறைவு செய்யத் துடித்தார் மணிவண்ணன். 'நாகம்மா அக்காவைப் பார்த்துட்டு எழுதித் தர்றேன்' என்ற வண்ணதாசன், அவ்வளவு சீக்கிரத்தில் அக்காவைப் பார்க்கவில்லை. 'அவள்' இல்லாமலேதான் 'அவள்' தொடர் நிறைவுற்றது. இதோ, இந்த நூலில் அக்காவையும் இடம்பெறச் செய்துவிட்டார். இதற்கான காத்திருப்பு, ஏழாண்டுகள். அதுதான் மணிவண்ணன்!

ச.அறிவழகன்
ஆசிரியர், அவள் விகடன்
விகடன் குழுமம்

பெண்மை வாழ்கவென்று கூத்திடுவோமடா!

கவிஞர் தமிழச்சி தங்கபாண்டியன்

'நாளும் கிழமையும்
நலிந்தோருக்கு இல்லை
ஞாயிற்றுக்கிழமையும்
பெண்களுக்கு இல்லை'

என்று கந்தர்வனின் கவிதை ஒன்று உண்டு. இந்த உலகம் பெரும் வன்முறைக் காடாகிப் போகாமல் தடுப்பது, பெண்ணென்னும் நல்லாளிடம் இருந்து வெளிப்படும் நல்லன்பே. ஆனால், சமூக ஊடக வெளியில் சீண்டல்களுக்கும், அவமதிப்பிற்கும் ஆளாகிறவர்கள் பெரும்பாலும் பெண்களே. தாயும், தமக்கையும், தங்கையும், மகளும் ஒரு பெண்தான் என்பதை மறந்ததன் விளைவே, பெண்ணுக்கு நேரும் பெருங்கேட்டுக்குக் காரணமாகும்.

பொது இடங்களிலும், பள்ளிகளிலும், கல்லூரிகளிலும், அலுவலகங்களிலும் பெண்களுக்கு ஏற்படும் பாலியல் சீண்டல்கள் பற்றிக் கேள்விப்படாத நாளே இல்லை. பெண்களை நல்ல கண்ணோட்டத்துடனும் கண்ணியத்தோடும் பார்ப்பதற்கு ஆண் குழந்தைப் பருவத்தில் இருந்தே பழக்கப் படுத்தப்பட வேண்டும். பெண் என்பவள் கண்ணாடியைப்போல, நாம் அன்பு முகத்தை காட்டினால் அதையே உள்வாங்கி பிரதிபலிப்பாள் என்பதை உலகம் மறந்து கிடக்கிறது.

மணிவண்ணன் எனதன்புத் தம்பி. சமூகத்தின்பால் கூர்த்த அக்கறை, சகமனிதர்களிடம் பேரன்பு சமூக மாற்றத்தில் நம்பிக்கையும்கொண்ட இளைஞர்.

பெண்ணென்னும் பேருயிரின் மகத்துவத்தை உலகிற்கு உரைக்கும்விதமாகத் தம்பி மணிவண்ணன், செம்மை மாதர் என்ற சுவையான நூலை ஆக்கித் தந்திருக்கிறார். இந்த நாட்டின் மூன்றாம் நிலைக் குடிமக்களாகப் பெண்கள் வாழும் சூழலே வாய்த்திருந்தது. அறுபதுகளில் நடுத்தரக்குடும்பப் பெண்கள் பொருளாதார நெருக்கடியைப் போக்க, வேலைக்காகப் படி தாண்டினர். அப்போது, 'வேலைக்குப் போகும் பெண்கள் எல்லாம் விபசாரிகள்தான்' என்று காஞ்சி சங்கராசாரியார் சொன்ன விஷவார்த்தை அதிர்ச்சிகரமானது. யாருக்கும் பெண்ணன்பு புரியவில்லை. ஆகையால்தான், இந்த விஷமப் பேச்சு. பெண்ணின் மகத்துவம் சொல்வதே தம்பி மணிவண்ணனின் இந்த எழுத்தாக்கமாகும்.

'வீதிக்குச் செல்வோம்' என்று கேப்டன் லட்சுமி போன்ற போராளிகள் பலர் கொந்தளித்ததன் காரணமாகவே இந்தியச் சட்டம் பெண்ணிற்கு ஓட்டுப் போடும் உரிமையையே தந்தது. இந்திய ராணுவத்தில் ஆணுக்குச் சமமான உயர்நிலையைப் பெண் அடைவதற்குச் சட்ட ரீதியில் ஐம்பதறுபதாண்டுகள் போராட வேண்டியிருந்தது. பெண்ணைக் கசக்கி நசுக்கினாலும் பெண்மையின் அன்புச் சுனை ஒருபோதும் வற்றியதில்லை. தாய்மை ஒருபோதும் தடம் மாறியதில்லை. அவளது உரிமைப் போரும் ஓயவில்லை...

எத்தனையோ ஆளுமைகளிடம், ஆளுமைப் பெண்களின் ஞாபகங்களைத் தேடியெடுக்கும் நூலைத் தம்பி மணிவண்ணன் ஆக்கியுள்ளதைப்போல, பசும்பொன் முத்துராமலிங்கத் தேவரின் வாழ்விலும் ஒரு பெண் ஒரு இசுலாமிய அம்மையார். தேவர் பெருமகனார் தமது பொதுவாழ்வில் இசுலாமியர்களிடம் அன்பும், பிரியமும், மரியாதையும் காட்டிப் பழகினார். அதற்கு முக்கியமான காரணம் உண்டு. தேவரைப் பெற்றெடுத்த தாய் இறந்துவிடவே, கமுதியில் வாழ்ந்த ஆயிஷா பீவி அம்மாள் என்ற இசுலாமிய பெண்மணியிடம் தாய்ப்பால் குடித்து வளர்ந்து, அவரையே தம் தாயென வரித்துக் கொண்டார்.

நன்றி கலந்த அந்தப் பாச உணர்வால், தேவர் தன் மரணம்வரை அதை மறக்கவில்லை. ஒரு வழக்கில் காவல்துறையிடமிருந்து தப்பிக்க தேவர் சில காலம் தலைமறைவாக இருந்தார். அந்தத் தருணத்தில்தான் அவருக்குப் பாலூட்டிய கமுதி ஆயிஷா பீவி அம்மாள் இறந்துவிட்டார். ஆயிஷா பீவியை எப்படியும் தேவர் பார்க்க வருவார் எனப் புலனாய்வுத் துறை காவலர்கள் கமுதியில் குவிந்திருந்தனர்.

நெடுநேரம் காத்திருந்த காவல் துறையினர் நேரம் ஆக ஆக மிரட்டத் தொடங்கினார்கள். தேவரை அஞ்சலி செலுத்தவிடாமல், "எங்களிடம் ஒப்படைக்க வேண்டும்" என்று காவல் துறை அச்சுறுத்தியது. "சரி அப்படியே செய்கிறோம்" என்று ஜமாத்தார்கள் சொல்கிறார்கள். இதற்கிடையே ஒரு வில்லு வண்டி வந்து நிற்கிறது. அதில் இசுலாமியர் போல தொப்பி அணிந்த ஒருவர் வண்டியில் இருந்து இறங்கி, ஆயிஷா பீவி அம்மையாரின் சடலம் அருகே சென்று கண்ணீர் சிந்துகிறார்.

சிறிது நேரத்தில் இறுதி ஊர்வலம் தொடங்குகிறது. அந்த நேரத்தில் காவல்துறை ஓடி வந்து, "கொஞ்சம் பொறுங்கள் தேவர் வரட்டு"மெனச் சொல்ல, "இப்பொழுதுதானே வில் வண்டியில் வந்து, தேவர் அஞ்சலி செலுத்திவிட்டு போகிறார்" என்கிறார்கள் சுற்றத்தார். "ஏன் காவல் துறைக்குத் தெரியபடுத்தவில்லை?" என்ற கேள்விக்கு அக்குடும்பப் பெரியவர்கள் அமைதியாக, "அஞ்சலி செலுத்த எங்கள் வீட்டு மூத்த பிள்ளை தேவர் வந்து சென்றார். நாங்கள் எப்படி எங்கள் பிள்ளையைக் காட்டி கொடுப்பது" என்று சொன்ன பதிலில், காவல்துறை ஏமாற்றத்துடன் திரும்பிச் சென்றது. இப்படி மாபெருந் தலைவரான பசும்பொன் தேவர் வாழ்விலும் தேவதைபோல மத மாச்சரியங்களுக்கு அப்பாற்பட்டு ஒரு தாய் வந்து போகிறார்.

பாலியல் அத்துமீறல்களும், போகிற போக்கில் பெண்ணை எரித்துச் சாம்பலாக்கும் கொடிய நிலைகளும், பெண்ணுக்குப் பாதுகாப்பை உறுதி செய்யாத இந்த அவலச் சூழல்களும் நிலவும் காலகட்டத்தில் தம்பி மணிவண்ணனின் இந்த நூல் வருவது முக்கியத்துவம் வாய்ந்ததாகிறது. பெண் எனும் பெரு நெருப்பு நல்லவர்கள் குளிர்காயும் ஒளியாகவும், அல்லனவற்றைப் பொசுக்குகின்ற சக்தியாகவும் இருப்பதை அவரது ஒவ்வொரு ஆளுமையும் சித்தரிக்கின்றது. விழுமியங்கள் போதிக்கப்படாத இன்றைய காலகட்டத்தில் இளைய தலைமுறையினர் பெண்ணை எப்படி மதிக்கப்பட வேண்டும் என்பதைச் சொல்லும் வழிகாட்டியாக, இந்நூல் வெளிவருவது பாராட்டுக்குரியது.

'வலிமை சேர்ப்பது தாய்முலைப் பாலடா!
மானஞ் சேர்க்கும் மனைவியின் வார்த்தைகள்;
கலிய ழிப்பது பெண்க ளறமடா!
கைகள் கோத்துக் களித்துநின் றாடுவோம்'

என்றார் மகாகவி பாரதி. ஆயிரந்தான் சொன்னாலும் அன்னை தெரசாவாக ஒரு ஆணால் உருவாக முடியவில்லையே. தாய்மை பெண்மைக்கே உரித்தான பெருவரம். அதை ஒவ்வொரு ஆளுமையின் ஞாபகக் கிடங்கிலிருந்தும் பெற்று, அற்புதமான நூலாக்கியிருக்கிறார் மணிவண்ணன்.

ஆளுமைகள் எத்தகைய நெகிழ்வில் பகிர்ந்தார்களோ, அதே நெகிழ்வோடு எளிய நடையில் செம்மை மாதர் என்ற இந்நூலை தம்பி படைத்திருக்கிறார். கடும் முயற்சிக்குப்பின் இந்நூலை எழுதியுள்ள இவரிடமிருந்து இன்னும் பல நல்ல நூல்கள் வெளிவரக் காத்திருக்கின்றன. அதுவரை காத்திருப்போம்.

ஊடகப் பணியோடு, எழுத்துத்துறையிலும் சாதனை படைக்க அன்பு அக்காவின் மனமார்ந்த வாழ்த்துகள்.

என்றும் அன்புடன்,
அக்கா,
த.சுமதி (எ) தமிழச்சி தங்கபாண்டியன்,
நாடாளுமன்ற உறுப்பினர், (மக்களவை),
தென் சென்னை நாடாளுமன்றத் தொகுதி,
சென்னை, தமிழ்நாடு.

மணிவண்ணன் என்னும் appன்
Specifications & Features!

கே.என்.சிவராமன்

சொன்னது 'குமுதம்' எஸ்ஏபியா?

தெரியவில்லை. ஆனால், தன் ஆசிரியர் குழுவினரிடம் அவர் குறிப்பிட்டதாகத்தான் மனதில் பதிந்திருக்கிறது.

பத்திரிகைகளின் ஆயுள் குறைவு. காலை / மாலை நாளிதழ்கள் என்றால் சில மணிநேரங்கள். வாரப் பத்திரிகை என்றால் ஒருநாள். மாதமிருமுறை / மாத இதழ் என்றால் இரு நாட்கள். அவ்வளவுதான். அதன்பிறகு அது 'பழைய பேப்பர்', 'பழையப் பத்திரிகை'. சொன்னது யாராக வேண்டுமானாலும் இருக்கட்டும். ஆனால், சொன்ன விஷயம் சத்தியம்.

எனவேதான் உயிர் வாழும் அந்த சில மணிநேரங்கள் அல்லது நாள் அல்லது நாட்களுக்குள் தங்கள் இருப்பை உணர்த்த ஒவ்வொரு பத்திரிகையும் அதில் பணிபுரியும் பத்திரிகையாளரும் போராடுகிறார்கள்.

எப்படி எல்லா ஆண்ட்ராய்ட் மொபைல்களின் பிராண்டும் எல்லோருக்கும் தெரியுமோ அப்படி வெளியாகும் வார / மாதமிருமுறை / மாதப் பத்திரிகைகளின் பெயர்களும் அனைவருக்கும் தெரியும். ஆனால், குறிப்பிட்ட பிராண்டைதான் ஒவ்வொருவரும் தேர்வு செய்து வாங்குகிறார்கள். காரணம், apps!

ப்ளே ஸ்டோரில் ஆயிரக்கணக்கான apps இருந்தாலும் தேவையானதை மட்டுமே டவுன்லோட் செய்கிறோம். அப்படி தரவிறக்கம் செய்யும் app ஒவ்வொன்றின் எடையும் சில பல MBகள். அத்தனையும் தாங்கும் Ram எந்த மொபைலில் இருக்கிறதோ... GB அளவு எதில் அதிகமோ... எந்த மொபைல் கேமராவில் ரெசலூஷன் துல்லியமோ... எதில் போட்டோ / வீடியோ ஸ்டோரேஜ் கூடுதலோ... அதையே வாங்குகிறோம் இல்லையா..? பத்திரிகைகளை தேர்வு செய்வதும் இப்படித்தான்..

எப்படி apps பயன்பாடு ஒவ்வொரு ஆண்ட்ராய்ட் மொபைலையும் வேறுபடுத்திக் காட்டுகிறதோ அப்படி தொடர்கதைகளும் தொடர்களும்தான் ஒவ்வொரு

பத்திரிகையையும் மற்றொன்றில் இருந்து வித்தியாசப்படுத்திக் காட்டுகிறது.

எனவேதான் ஒவ்வொரு பத்திரிகையும் தொடர்கதைகளிலும் தொடரிலும் கவனம் செலுத்துகின்றன. ஒவ்வொரு பண்டிகையை ஒட்டியும் புதுப் புது தொடர்கதைகளை, தொடர்களை அறிமுகப்படுத்துகின்றன. சுருக்கமாக சொல்வதென்றால் apps அப்டேட் செய்யப்படுகின்றன! தொடர்கதைகள் என்பவை எல்லா ஆண்ட்ராய்ட் போனிலும் ஏற்கனவே இன்ஸ்டால் செய்யப்பட்டிருக்கும் கூகுள் app போன்றது.

தொடர்கள் அப்படியல்ல. ப்ளே ஸ்டோருக்கு சென்று appஐ செலக்ட் செய்து தரவிறக்கம் செய்யப்படுபவை. எப்போது வேண்டுமானாலும் Uninstall செய்யலாம் என்பது இதன் பலம். எனவேதான் அந்தந்த வார / மாதமிருமுறை / மாதத்துக்குள் முடியும் வகையில் தொடரின் அத்தியாயங்கள் அமைகின்றன.

அப்படி, 'அவள் விகடன்' தனது பயணத்தில் இன்ஸ்டால் செய்த சுதந்திரமான அதுவும் தரமான Mobile appதான் கி.மணிவண்ணன்.

உண்மையில் கி.மணிவண்ணன், காட்சி ஊடக பிஸ்தா. 'கலைஞர்' தொலைக்காட்சியில் இவர் வடிவமைத்து இயக்கிய 'ரசிகன்' என்னும் ஒரு நிகழ்ச்சியே போதும்... இவரது Specifications & Featuresஐ பறைசாற்ற.

'அவள் விகடன்' மாதமிருமுறை பத்திரிகையில் 'யாதுமாகி நின்றாள்' என்ற முத்திரைப் பதித்த தொடர்தான், இந்த 'செம்மை மாதர்'

'அவள் விகடன்' ஆண்களும் படிக்கும் பெண்கள் பத்திரிகை. இதில், இயக்குநர் மகேந்திரன், பிரபஞ்சன், நல்லக்கண்ணு, வாலி, இறையன்பு, இயக்குநர் மணிவண்ணன், பாஸ்கர் சக்தி, கிரேஸி மோகன், திருச்சி சிவா, பழநிபாரதி, மருது, தமிழருவி மணியன்... என மொத்தம் 12 பிரபலங்கள். ஒவ்வொருவரும் ஒவ்வொரு துறையில் முத்திரைப் பதித்தவர்கள்.

இவர்களிடம் பேட்டி கண்டிருக்கிறார் கி.மணிவண்ணன்.

இதிலென்ன சிறப்பு..? 'அவள் விகடனி'ல் பணிபுரிபவர்களே இந்தப் பிரபலங்களை சந்தித்து நேர்காணல் செய்திருப்பார்களே. காரணம் இருக்கிறது. இந்த 12 பேரையும் சந்தித்து பொதுப்படையாக இவர் பேட்டி எடுக்கவில்லை. மாறாக, அவர்களது வாழ்க்கையை மாற்றிய பெண்ணைக் குறித்து சொல்ல வைத்திருக்கிறார்.

இதிலும் அசாதாரணமானது எதுவும் இல்லை. ஏனெனில் அனைத்து ஆண்களின் வெற்றிக்குப் பின்னாலும் பெண்கள் இருக்கவே செய்கிறார்கள். எனவே எந்த ஆணைக் கேட்டாலும் தன் அம்மாவையோ, மனைவியையோ, சகோதரியையோ, மகளையோ

சுட்டிக்காட்டத்தத்தான் செய்வார். இதை உருக்கமாக எழுதி பத்திரிகை ஆசிரியரிடம் கொடுக்க எழுத்துப் பயிற்சி இருந்தால் போதும். இதற்கு கி.மணிவண்ணன் என்னும் app தேவையா..?

தேவை என 'அவள் விகடன்' அழுத்தமாக உணர்ந்திருக்கிறது. ஆம். பிரபலங்களை சந்தித்து இவர் பேட்டிதான் எடுத்திருக்கிறார். அதுவும் அவர்களது வாழ்க்கையை மாற்றிய பெண்ணைக் குறித்துதான் சொல்ல வைத்திருக்கிறார். ஆனால், அந்தப் பெண் அவர்களது அம்மா, மனைவி, சகோதரி, மகளாக... இரத்த உறவாக இருக்கக் கூடாது என்ற நிபந்தனையுடன்!

12 பேரும் இதற்கு கட்டுப்பட்டு பேசியிருக்கிறார்கள். அதனாலேயே 12 வாழ்க்கை நமக்குக் கிடைத்திருக்கிறது.

தமிழ் பத்திரிகையுலக வரலாற்றில் இந்த ஐடியா புதியது. இந்த விதையிலிருந்து பல விருட்சங்கள் இனிவரும் காலங்களில் செழித்து வளரும். உருவாய் அருவாய் உளதாய் இலதாய் மருவாய் மலராய் மணியாய் ஒளியாக பல்வேறு வடிவங்களை கண்டிப்பாக எடுக்கும். அனைத்துக்கும் 'செம்மை மாதர்' இன்ஸ்பிரேஷனாக திகழும்.

அடிப்படையில் கி.மணிவண்ணன், ஒவ்வொரு பிரபலம் பேசியதையும் எழுத்தில் விஷூவலாக கொண்டுவந்திருக்கிறார். Long Shot, Mid Shot, Close up, tight Close up, Pan..!

எடுத்ததும் ஒரு ஓபனிங். பிறகு பிரபலம் பேசுவது. நடுவில் அவர்கள் உரையாடுவதை நிறுத்த... அங்கிருக்கும் சூழல் குறித்த விவரணை. பிறகு பேச்சு. சைலன்ஸ். உரையாடல். மவுனம். Brilliant Documentary Script.

'அவள் விகடன்' வாசகர்களிடம் பெரும் வரவேற்பை பெற்ற 'யாதுமாகி நின்றாள்' தொடரை, 'செம்மை மாதர்' நூலாக கொண்டு வருகையில் மேலும் இருவரை சேர்த்து 14 ஆளுமையாக முழுமைப்படுத்தி இருக்கிறார். சேர்க்கப்பட்ட இருவரில் ஒருவர், நூலாசிரியர் கி.மணிவண்ணனே. இன்னொருவர் 'கல்யாண்ஜி'யாக கவிதையிலும் 'வண்ணதாசன்' ஆக சிறுகதையிலும் வசீகரித்து வரும் அன்பின் அமுதசுரபி!

பத்திரிகை என்னும் ஆண்ட்ராய்ட் போன் எப்போதும் லைம் லைட்டில் இருக்க அப்டேட் ஆகக் கூடிய புதுப்புது apps தேவை. கி.மணிவண்ணன் போன்றவர்கள் அப்படியானவர்கள். தொடர்ந்து புதுப் புது வெர்ஷன்ஸில் வீடியோ + Words app ஆக கி.மணிவண்ணன் முத்திரைப் பதிக்க வாழ்த்துகள்.

தோழமையுடன்,
கே.என்.சிவராமன்
ஆசிரியர், குங்குமம் வார இதழ்

23/12/2019

அகரத்தின் ஆரம்பம்...

கி.மணிவண்ணன்

'உங்களுக்கு எழுத வரும்.. தொடர்ந்து எழுதுங்க..'

இயக்குநர் மகேந்திரன் என்னைப் பார்த்துச் சொன்னபோது நான் கொஞ்சம் தயங்கித்தான் எழுத ஆரம்பித்தேன்...

எல்லோருக்கும் எழுதவேண்டும் என்ற ஆர்வமும் கனவும் இருக்கும்; எனக்கும் அப்படித்தான்.

கலைஞர் தொலைக்காட்சியில் நான் இயக்கிய 'ரசிகன்' நிகழ்ச்சிக்காக எழுத ஆரம்பித்தேன். இப்படித்தான் என்றில்லாமல் நிகழ்ச்சியின் தேவைக்கேற்ப எழுதினேன்.

நிகழ்ச்சிக்கான விளம்பர வாசகங்கள், முன்னோட்டத்திற்கான குறிப்புகள், பின்னணிக்குரல்.. நானே நிகழ்ச்சி இயக்குர் என்பதால் அவை சுலபமாயிருந்ததன.

கலைஞரின் ரசிகன் நிகழ்ச்சியில் சிறப்பு விருந்தினர்களாக, கவிஞர்கள், எழுத்தாளர்கள் அரசியல் பிரமுகர்கள், பத்திரிகையாளர்கள், படைப்பாளிகள், திரைப்பட நட்சத்திரங்கள், இளைஞர்கள், சிறுவர் சிறுமியர்கள் என ஆளுமைகளே ரசிகர்களாக பங்கு பெற்றனர்.

அந்த நிகழ்ச்சிக்காகத் தமிழகம் முழுவதும் கலைஞரது பயணச் சுவடுகளைத் தேடியும், அவருடைய நண்பர்கள், உடன் பயணித்த தோழர்கள், வரலாற்று இடங்களைப் பதிவு செய்தோம். இந்தப், படப்பிடிப்புக்கு முன்னும் பின்னும் நிறைய எழுத்துப்பணி தேவைப்பட்டது. நானே எழுதினேன்.

என்னை இன்னும் அதிகமாக எழுதத்தூண்டியது இயக்குநர் மகேந்திரன் பற்றிய 'ரசிகன்' நிகழ்ச்சிதான்.

அவரது திரைப்படங்களைத் தேடித்தேடிப் பார்த்து ரசித்து எழுதினேன். அது ஒரு மறக்க முடியாத அனுபவம். மகேந்திரன் நெகிழ்ந்து பாராட்டினார். அந்த நிகழ்ச்சித் தேவைகளுக்காக அடிக்கடி அவரைச் சந்தித்தேன். ஒருநாள் எதேச்சையாக என்னை

வளர்த்து ஆளாக்கிய என் அம்மாவைப் பற்றியும், என்னை அவர் வளர்த்த விதங்களையும் அவரிடம் சொன்னேன். மிகவும் கூர்ந்து கேட்டவர்,

"இதை ஒரு ஸ்கிரிப்டாக எழுதுங்கள்" என்றார்.

நான் யோசித்தபோது, "உங்களுக்கு எழுத வரும்.. எழுதிட்டு வாங்க" என்றார்.

அவரது உயிர்காத்த ஒரு தாயைப் பற்றியும் சொன்னார். கிட்டத்தட்ட ஐம்பது ஆண்டுகளுக்கும் மேலாக, ஏன்.. அவருக்கு அந்தச் செய்தி தெரிந்த நாள் முதல் அந்த அம்மாவையும் அவரது குடும்பத்தையும் தேடிக்கொண்டிருந்தார்.

அந்தச் சமயத்தில் விகடன் அலுவலகத்துக்குச் சென்றிருந்தேன். அவள் விகடனில் அப்போது பணியாற்றிய நண்பர் ம.மோகன் மூலம் அதன் ஆசிரியர் ச.அறிவழகனைச் சந்தித்தேன். எனது தொலைக்காட்சி நிகழ்ச்சிகளைப் பாராட்டியவர்,

"அவள் விகடனு'க்கு ஐடியாக்கள் எதுவும் இருந்தால் சொல்லுங்கள்" என்றார்.

நான் உடனே, "ஆளுமைகளிடம் ஆளுமை செலுத்திய பெண்களைப் பற்றி ஒரு தொடர் எழுதலாம்; அவர்கள் பெற்ற தாயாகவோ, மனைவியாகவோ இருக்கக் கூடாது. இயக்குநர் மகேந்திரனிடமிருந்து தொடங்குங்கள்" என்றும் சொன்னேன்.

அவர் உடனே ஆர்வமாகி, "நீங்களே எழுதிக்கொடுத்துவிடுங்கள்" என்றார். நான் யோசிக்க.. உற்சாகப்படுத்தினார்.

முதல்கட்டுரை மகேந்திரனின் கதை. அவரது உயிர்காத்தவரின் புகைப்படம் கூட இல்லை.

'அவரின் புகைப்படம் கிடைத்தால் என்னைவிட ஒரு பாக்கியசாலி யாரும் இருக்க முடியாது' என்று ஒரு முறை சொல்லியிருந்தார் மகேந்திரன்.

ஆளுமைகளே தங்களின் வணக்கத்துக்குரிய பெண்களின் முகத்தை மறந்துவிட்டபோது, அந்தக் குடும்பத்தினரைத் தீவிரமாகத் தேடிக் கண்டுபிடித்து புகைப்படத்தை வாங்குவது மிகமிக சவாலான ஒன்று.

பலநாள் முயற்சிக்குப் பிறகு அந்த சாராஅம்மாவின் குடும்பத்தினரைக் கண்டுபிடித்தேன். புகைப்படம் கிடைத்தது. 'யாதுமாகி நின்றாள்' என்ற தலைப்பில் எழுத ஆரம்பித்தேன்.

மகேந்திரன் பற்றிய முதல்கட்டுரை கவர் ஸ்டோரியாக 'அவள் விகடனி'ல் வெளியானது.

அவரைக் காப்பாற்றிய அந்த அம்மாவைப் பற்றி எழுதியதும், அதுவரை தொடர்பில் இல்லாத அந்தப் பெண்மணியின் உறவினர்கள் மகேந்திரனை தொடர்புகொண்டார்கள். சந்திப்பு விழா சென்னையில் நடந்தது. விருந்து விழாவில் மகேந்திரனுக்கு சிறப்பு செய்தார்கள். மனம் நெகிழ்ந்து அந்த நிகழ்ச்சியில் பேசினார் மகேந்திரன்.

என்னையும் தேடிப்பிடித்து அந்த நிகழ்ச்சிக்கு அழைத்துச் சென்று நன்றி பாராட்டினார். நெகிழ்வான தருணங்கள் அவை. இப்படியாக ஒரு தாக்கத்தைத் தந்தது அந்தத் தொடர்.

"பெண்கள் மீதான உங்கள் மரியாதையும், கரிசனமும், உங்கள் பிறப்பிலும் வளர்ப்பிலும் இருக்கிறது. உங்களை அரவணைத்துத் தன் பிள்ளையாக வளர்த்த அம்மாவைப் பற்றியும் இந்தத் தொடரில் எழுதுங்கள்" என்றார் மகேந்திரன்.

தொடரை ஆர்வமுடன் ஆரம்பித்துவிட்டோம். ஆனால், இரண்டாவது கட்டுரை யாரைப் பற்றி எழுதுவது என்று எண்ணியபோது, பளிச்சென்று பிரபஞ்சன் நினைவுக்கு வந்தார். தொடர்புகொண்டேன். சென்னை, பீட்டர்ஸ் காலனி வீட்டுக்கு வரச் சொன்னார். விகடன் தலைமை புகைப்படக்கலைஞர் நண்பர் கே. ராஜசேகரனுடன் பிரபஞ்சனை சந்தித்தோம்.

"இந்த ஐடியா ரொம்ப நல்லாயிருக்கே சார்.. எத்தனை பேர் மனம் திறந்து சொல்லுவாங்க.? நினைத்துப் பார்க்கவும், நன்றி பாராட்டவும் ஒரு மனசு வேணுமில்லையா?"

பெண்கள் மீதான தனது அன்பு, அக்கறையை முத்து முத்தாக பேசினார் பிரபஞ்சன்.

சென்னையில் நடந்த ஒரு புத்தகக்காட்சிக்கு வெளியேதான் ஓவியர் மருதுவுடனான சந்திப்பு. பெண்மையின் மேன்மையை உணர்வுபொங்கப் பேசினார். திடீரென ஒரு இடத்தில் பேச்சை நிறுத்தி விட்டார். கண்களிலிருந்து மாலை மாலையாக கண்ணீர்.

நேரம் கிடைக்கும்போதெல்லாம் கவிஞர் வாலியுடன் அடிக்கடி சந்திப்போம். கவிஞர் பழனிபாரதி அழைத்துச் செல்வார். வாலியிடம் இந்தக் கட்டுரைத் தொடர் பற்றி சொன்னேன்.

"நானும் சொல்றேன்யா. உண்மைய சொல்ல எனக்கு என்ன சங்கடம்? நல்லா எழுது. பிரமாதப்படுத்து. மகேந்திரன் கட்டுரைய படிச்சேன். இந்த வாலியும் ஒரு முஸ்லிம் பெண்மணியாலதான் உயிரோட இருக்கேன். 'என் உயிராய், தலைமயிராய், ரத்தமும் சதையுமாய்' என்றுதான் நான் சொல்வேன். நீ அப்படியே அதை எழுதுவியா?" என்றும் கேட்டார் வாலி.

திரைப்பட இயக்குனர் மணிவண்ணன் வரலாற்றின் பக்கங்களில் நிறைந்திருக்கும் ஒரு மகத்தான பெண்மணியை உளப்பூர்வமாக உணர்ந்து உரையாடினார்.

“வாழ்க்கையில் தன் தேவைகளை மட்டுமே பார்க்காம, தன்னைச் சுத்தியிருந்தவங்களுக்காக மட்டுமே வாழ்ந்தவர்தான் என் வணக்கத்துக்குரியவர்” என அவரிடம் ஆளுமை செலுத்திய ஒரு பெரியம்மாவை நெகிழ்ந்து பேசினார் எழுத்தாளர் பாஸ்கர் சக்தி.

“என்னிடம் பேரன்பு செலுத்தி, எனது எழுத்துருவை அழகாக்கிய பெண்மணியின் பெயரை மறந்துபோனதுதான் எனது மிகப் பெரிய சோகம்” என்று ஏக்கத்துடன் சொல்லியவர் கவிஞர் பழநிபாரதி.

“ரத்த சொந்தங்கள் யாரும் என்னிடம் அன்பு செலுத்தவில்லை. அவர்கள் உதாசீனப்படுத்திய நேரத்தில் உண்மையான அன்புடன் அரவணைத்தவரை எப்படி மறக்க முடியும்.? ஆனால் அவரும் பாதியிலேயே என்னை தவிக்க விட்டு ஊருக்குப் போய்விட்டார். இருந்தாலும் அவருடன் இருந்த அந்த காலம் அவ்வளவு அழகானது”

இப்படிச் சொன்ன தி.மு.க எம்.பி திருச்சி சிவா, கட்டுரையை நான் எழுதி முடித்து தொலைபேசியில் படித்துக் காட்டியபோது மறுமுனையில் அவர் விம்முவது தெளிவாகக் கேட்டது.

“நீ ஒரு நடிகனாத்தான் வருவே.. என்று அப்போதே எனக்கு உற்சாகம் தந்தவரின் பெயர்தான் என் கதை நாயகிகளின் பெயர்.” என்று தனது நன்றியுணர்வை வெளிப்படுத்தினார் கிரேசி மோகன்.

“ஐ.ஏ.எஸ் படித்தாலே மனதில் தோன்றும் உயர்ந்த மனப்பான்மையை சுக்குநூறாக உடைத்தெறிந்து, என்னை சமூகத்தின் மீதான அக்கறைப் பார்வைக்கும், இன்னும் அதிகமாக பணிபுரியவும் அவர்தான் திசை திருப்பினார்” என்று உற்சாகமானார் வெ.இறையன்பு ஐ.ஏ.எஸ்.,

இந்திய கம்யூனிஸ்ட் கட்சியின் முதுபெரும் தலைவர் தோழர் நல்லக்கண்ணு உடனான சந்திப்பு.. பெருமைக்குரிய ஒன்று. எந்த முன் தயாரிப்பும் அவரிடம் இல்லை. உரையாடலுக்கான தனித்த மொழி இல்லை.

“போராட்டங்களில் ஈடுபட்டபோது, சமூகத்தின் மிகச் சாதாரண நிலையில் இருந்த விளிம்பு நிலை மனிதர்களே எங்களுக்குப் பெரிதும் துணைநின்றார்கள். அவர்களது குடும்பமே எங்களோடு தோளுக்குத் தோளாய் நின்றது. எனது இந்த வாழ்வே அவர்கள் தந்ததுதான்”

முதிர்ந்த வயதின் சன்னமான குரலில் உரையாடினார் தோழர் நல்லகண்ணு.

தமிழருவி மணியன்.. தெளிந்த நீரோடைபோல வார்த்தைகளைத் தந்தார். மிக கச்சிதமாக.

இந்தத் தொடரில் எழுத்தாளர் வண்ணதாசனின் கட்டுரையையும், அவருடன் உரையாடி எழுதிவிட வேண்டும் என்று காத்திருந்தேன். ஒவ்வொரு சென்னை புத்தகக் கண்காட்சியிலும், ஆண்டுக்கு ஒரு முறை அவரைச் சந்திக்கும்போது கொஞ்ச நேரம் பேசிய பின்பு, லேசாக அவரிடம் நினைவுபடுத்துவேன்.

“ஒரு தடவை நாகம்மா அக்காவை பார்த்துவிட்டுத் தான் நான் எழுத முடியும்!”

இப்படி அவர் சொல்லும்போது என்னால் எதுவுமே பேச முடியாது. அவரின் நாகம்மாக்காவைப் பற்றி எப்போது சொல்கிறாரோ அதுவரை காத்திருப்போம். அதன் பின்பு புத்தகத்தில் சேர்த்துத் தொகுப்பாக வெளியிடுவோம் என்று முடிவு செய்தேன்.

காத்திருந்தேன். மிக நெகிழ்வாக எழுதித் தந்திருக்கிறார் வண்ணதாசன்.

என்னை இந்தக் கருத்தை நோக்கி எழுதத் தூண்டியது.. என் வாழ்க்கைதான். என்னை வளர்த்து ஆளாக்கிய என் அம்மா க.பாட்டு அம்மாள் அவர்தான் என் அகமும் புறமும் நிறைந்திருக்கிறார்.

இயக்குநர் மகேந்திரனின் தூண்டுதலின் ஒளியோடு அவரைப் பற்றியும் எழுதியிருக்கிறேன்.

இந்தத் தொடரில் நான் எழுத சம்மதம் தந்து என்னோடு உரையாடிய ஆளுமைகள் அனைவரும் என் மதிப்பிற்குரியவர்கள்.

‘செம்மை மாதர்’ என்ற தலைப்பில் எனது முதல் புத்தகமாக டிஸ்கவரி பதிப்பக வெளியீடாக வருகிறது இந்நூல். பதிப்பாளர் மு.வேடியப்பனுக்கு நன்றி.

விகடனின் அப்போதைய பதிப்பாளர் கே.அசோகன், அவள் விகடன் ஆசிரியர் ச.அறிவழகன், தலைமைப் புகைப்படக் கலைஞர் கே.ராஜசேகரன், நிருபர் நண்பர் அப்போதைய ம.மோகன் ஆகியோருக்கு என் நன்றிகள்.

விகடன் குழும ஆசிரியராக இருந்த ரா.கண்ணன், ஜூனியர் விகடன் ஆசிரியராக இருந்த ப.திருமாவேலன் ஆகியோரது உற்சாகம் சிறப்பானது.

இத்தொடருக்குத் தூரிகையால் உயிரூட்டிய ஓவியர் லெனாபாரதிக்கு,

என்னை எப்போதும் செம்மைப்படுத்தும் நல்லாசான் கவிஞர் பழனிபாரதிக்கு,

நாளெல்லாம் உற்சாகத்தோடு அரவணைக்கும் சென்னை, கே.கே.நகர் டீக்கடை சிந்தனையாளர் பேரவை நண்பர்கள் அனைவருக்கும் நன்றி.

எனது எல்லா முயற்சிகளுக்கும், படைப்புகளுக்கும் துணை நின்று, தோள் கொடுக்கும் மனைவி மீனாவுக்கு என் அன்பு.

நீண்ட வருடங்களுக்குப் பிறகு என் அம்மாவின் புகைப்படத்தை அனுப்பி உதவிய துர்காவுக்கு என் நன்றி.

அனைவருக்கும் என் அன்பு.

கி.மணிவண்ணன்,
கே.கே.நகர்,
சென்னை- 600 078.
rasigan.manivannan@gmail.com

மேக்கிரிமங்கலம்,
குத்தாலம் தாலுக்கா,
மயிலாடுதுறை - 609 801.

அன்பு... பறந்துதிரியும் ஒரு பறவையைப் போன்றது என்றான் ஓஷோ. அந்தப் பறவைகள் பூமியில் பெண்களாக இருக்கிறார்கள். ஆளுமைகளான சில ஆண்களின் இருப்பையும் படைப்பையும் எங்கிருந்தோ வந்து அவர்கள் எப்படி ஊட்டி வளர்த்தார்கள் என்பதுதான் கி.மணிவண்ணன் 'அவள் விகடன்' இதழில் வரைந்த இந்தத் தொடர்.

வாழ்வில் அவர்கள் வந்தார்கள் போனார்கள் என்று சொல்ல முடியாது. அந்த வட்டத்தை வரைந்த காம்பசின் முள்ளாக அவர்களே காலூன்றி நிற்கிறார்கள். அவர்களைத்தான 'செம்மை மாதர்' என்கிறான் பாரதி.

இவர்கள் இல்லையெனில்-
வாழ்வில் புகழில்லை;
வாழ்ந்தாலும் பொருளில்லை!

- கவிஞர் பழநிபாரதி

பொருளடக்கம்....

1. நட்சத்திர இயக்குநருக்கு
   உயிர் கொடுத்த பெண் - இயக்குநர் மகேந்திரன் — 23
2. முத்தம் கொடுத்துப்
   பசியாற முடியாது - எழுத்தாளர் பிரபஞ்சன் — 29
3. நாலு வீட்டுச் சாப்பாடு
   எங்களுக்குப் போதும்
   நீ கவலைப்படாதே - தோழர்.இரா.நல்லகண்ணு — 36
4. இந்துக் குழந்தைக்கு
   உயிர் கொடுத்த முஸ்லிம் தாய் - கவிஞர் வாலி — 43
5. அதிகாரம் என்பது
   அவதாரமல்ல - வெ.இறையன்பு ஐ.ஏ.எஸ்., — 50
6. என் சிந்தனைக்கு
   சிறகு தந்தவள் - இயக்குநர் மணிவண்ணன் — 57
7. எனக்குள்
   அன்பை எழுதியவள் - எழுத்தாளர் பாஸ்கர் சக்தி — 64
8. எல்லோரையும் நேசி
   எல்லாவற்றையும் வாசி - திரைக்கலைஞர் கிரேஸிமோகன் — 71
9. என் வலி துடைத்த
   வனிதை - திருச்சி சிவா எம்.பி — 78
10. என் எழுத்துக்கு
    அழகூட்டியவள் - கவிஞர் பழநிபாரதி — 85
11. என் தூரிகையானவள் - ஓவியர் ட்ராட்ஸ்கி மருது — 92
12. என் ஆதர்ச தேவதை. - தமிழருவி மணியன் — 99
13. எதுவெல்லாம் மலர்த்துகிறதோ
    அதுவெல்லாம் பூ - எழுத்தாளர் வண்ணதாசன் — 106
14. நல்லவுயிர் நீயெனக்கு - இயக்குநர் கி.மணிவண்ணன் — 117

இயக்குநர் மகேந்திரன்

நட்சத்திர இயக்குநருக்கு உயிர் கொடுத்த பெண்

"ஏழு மாசத்துல பொறந்த இது பொழைக்காது... எதுக்கு இன்னும் வீட்டுக்குள்ள வெச்சுக்கிட்டு வேடிக்கை பாக்கணும்? மூச்சு அடங்கற மாதிரி இருக்கு. நேரத்தோட பொதச்சுட்டு, மத்த வேலயப் பாருங்க."

"வேண்டாம் அவசரப்படாதீங்க..."

ஓடி வந்து அந்த பிஞ்சை அள்ளிக் கொண்டாள் ஒரு பெண்.

மரப்பாச்சி பொம்மைபோல, மூச்சு விடவே பலமில்லாத வகையில் பிறந்தது அந்த உயிர்.

அது, குறைமாதக் குழந்தைகளுக்கு 'இன்குபேட்டர்' வசதி இல்லாத காலம்.

அரை மணி நேரமோ, ஒரு மணி நேரமோ பார்த்த பின்... மண்ணைத் தோண்டி புதைத்துவிட்டு, வேறு வேலைகளைப் பார்க்கப் போய்விடும் கிராமத்துப் பச்சை மனிதர்களுக்கு நடுவில், ஓர் அன்பு தெய்வம் அக்குழந்தைக்கு உயிர்ப் பிச்சை கொடுத்தது!

"வயித்துல சுமந்து பெற்ற தாயைவிட, நான் என் முதல் தாயா நினைக்கறது அவங்களதான். என் வாழ்வை துவக்கி வைத்த, என் வாழ்க்கையில் மிகமுக்கியமான பெண் அவங்கதான்!"

அந்த முதல் தாய்... டாக்டர் சாரா! ஏழு மாதத்திலேயே பிறந்த அந்த சிசு... திரைப்பட இயக்குநர் மகேந்திரன்!

ஓர் உயிர்ப்புமிகு பெண்ணிடம், நெருப்பு வாங்கி வந்து, தமிழ்த் திரை உலகில் தனது திரைப்படைப்புகளின் வழியாக ஒளியேற்றிய மகேந்திரன் நெகிழ்வுடன் பேச ஆரம்பிக்கிறார்!

நாங்கள் இருந்த அறை குளிரூட்டப்பட்டிருந்தாலும், வியர்க்கிறது. கொஞ்சம் ஆசுவாசப்படுத்திக் கொண்டு, அருகில் இருக்கும் அவருடைய பெற்றோரைப் பார்க்கிறேன்.

ராமநாதபுரம் மாவட்டம், இளையான்குடியைச் சேர்ந்த ஜோசப் செல்லையா மனோன்மணி தம்பதி புகைப்படத்தில் புன்னகைக்கின்றனர்.

சாரா, டாக்டராக பணிபுரிந்த மருத்துவமனையில், மகேந்திரனின் அம்மாவுக்கு கம்பவுண்டர் வேலை. குறைமாதத்தில் பிறந்த குழந்தையை, தினமும் வாங்கிக் கொண்டு போய், பஞ்சில் சுருட்டி, தனது அடிவயிற்றில் கட்டிக் கொண்டு, நாள் முழுக்க ஆஸ்பத்திரி வேலைகளில் சாரா மும்முரமாக இருக்க, அந்த உடற்சூட்டினால் உயிர் பிழைத்திருக்கிறார் மகேந்திரன்.

மூன்று மாத காலம் ஒரு தவம்போல இதைச் செய்து... மகேந்திரனுக்கு உயிர் வரம் தந்திருக்கிறார் சாரா.

"ஒரு பெண், நாள் முழுக்க ஒரு குழந்தையை கொஞ்ச நேரம்கூட இறக்கி வைக்காம இடுப்புல கட்டிக்கிட்டு எப்படி இருந்திருக்க முடியும்?

ஆஸ்பத்திரிக்கு வர்ற நோயாளிகளைப் பார்க்கணும்... பிரசவம் பார்க்கணும்! இத்தனைக்கும் நடுவுல அந்தத் தாயோட வெப்பத்தை வாங்கிக்க... நான் என்ன பாக்கியம் செஞ்சேன்னு புரியல. அவர், பிறப்பால் மலையாளப் பெண்... சொந்தம் கிடையாது. நான் தமிழன்... எனவே இனப்பற்றும் இல்லை. ஆனா.... கனிவு இருந்திருக்கு. எதையும் எதிர்பார்க்காத அன்பு இருந்துருக்கு..... அதுதான் சாரா அம்மா!"

அன்பொழுக மகேந்திரனின் இதயத்திலிருந்து வந்து விழுகின்றன வார்த்தைகள்.

“ராத்திரியெல்லாம் ஒரு பயத்தோடயே தூங்காம தவியா தவிச்சு... காலையில் ஓடி வந்து என்னை வாங்கி இடுப்பில் கட்டிக்கொண்ட அந்த அம்மாவின் தவிப்பை, நல்லாவே உணர முடியுது.”

மகேந்திரனின் அம்மா, கருவில் சுமந்து பெற்றிருந்தாலும், உணர்வுச்சூடு தந்து உயிர் கொடுத்ததாலோ என்னவோ... சாரா அம்மாவின் உணர்வுகளையே அதிகம் சுமந்து நிற்கிறார்.

“குறைமாதக் குழந்தையா பிறந்த சூழல்ல, என் வாழ்க்கையைத் தொடங்கி வெச்ச அந்த தாயைத் தவிர, வேற யார் எனக்கு உந்துதலா இருப்பாங்கனு நினைக்கிறீங்க?

நான் சினிமாவுக்குள் எழுத்தாளரா நுழைக்கப்பட்டதற்கான தகுதியை வளர்த்துக்கிட்டதுக்கு ஆரம்பப் புள்ளியே...... அவங்கதான்.

வளர்ந்து பெரியவனான கால கட்டத்துல, மத்தவங்களோட அனுதாபப் பார்வை காரணமா எழுந்த தாழ்வு மனப்பான்மையைப் போக்க, லைப்ரரிக்குப் போயி படிக்க ஆரம்பிச்சேன். புதுமைப்பித்தன், தி.ஜானகிராமன்னு தேடித் தேடிப் படிச்சேன்.

மத்தவங்ககிட்டேர்ந்து வித்தியாசப்படணுங்கற நெருப்பு... எனக்குள்ளே எரிஞ்சுட்டே இருந்துச்சு. அது .... சாரா அம்மா கொடுத்தது!”

தீர்க்கமான அவரது வார்த்தைகளில் தான் எவ்வளவு சத்தியம் நிறைந்திருக்கிறது!

“என்னோட பள்ளி நாட்களை கடந்தபோது.... சாரா அம்மா வேற ஊருக்கு மாற்றலாகிட்டாங்க. அவங்க வாங்கி படிச்ச மலையாள நாளிதழ்களை, நோயாளிகளுக்கு மருந்து பொட்டலம் மடிச்சி தர்றதுக்காக என் அம்மாவுக்கு கத்தரிச்சி தருவேன். அந்த பேப்பர்கள்லதான் மலையாளத் திரைப்பட விளம்பர டிசைன்களை முதன் முறையா பார்த்தேன். அதுதான் சினிமாவுக்கும் எனக்குமான முதல் உறவு. அதுகூட சாரா அம்மாவாலதான் கிடைச்சுருக்கு!”

அழகிய கண்ணே... உறவுகள் நீயே....
நீ எங்கே..... இனி நான் அங்கே...
என் சேய் அல்ல... தாய் நீ...!

‘உதிரிப்பூக்கள்’ திரைப்படத்தில் கவியரசு கண்ணதாசன்

வரிகளைப் பாடும் அந்தத் தாய் பாத்திரம்.... தனது பிள்ளைகளுக்கு அன்பை மட்டுமே அள்ளி அள்ளி வழங்குவது, சாரா அம்மாவின் சாயலோ?

கடைவாயில் பால் வழிந்தோடி உயிர் விடும் நேரத்தில் கூட மலர்ந்து, வெள்ளந்தியாய்ச் சிரிக்கும் அந்த மழலையின் முகத்தில் விட்டுச் செல்லும் அன்பு, சாரா அம்மாவுடையதோ?

"நான் வாங்கியது கேரளத்துச் சூடு. அதனால் தானோ என்னவோ... எனது உடல் மொழியில், பேச்சுல, என்னோட திரைக்கதைகள்ல கேரளத்துச் சாயல் இருக்கறதா நண்பர்கள் பல முறை சொல்லக் கேட்டிருக்கேன்."

கல்லூரி நாட்களைக் கடந்த சமயத்தில்தான், சாரா அம்மாவைப் பற்றிய விஷயமே மகேந்திரனுக்கு புரிந்திருக்கிறது. அவரைப் பற்றி இன்னும் நிறைய உயர்வான விஷயங்களை அறிந்து கொள்ளாதது வருத்தமாகவே இருக்கிறது இவருக்கு.

"பிடிவாதமா, வைராக்கியமா என்னை சுமந்து காப்பாத்தி, இந்த நல்ல குணங்கள எனக்குக் கொடுத்த சாரா அம்மாதான், என்னை ஆட்சி செய்றாங்க.... தவறை திருத்தறாங்க... கட்டளை இடுறாங்க.... வழி நடத்தறாங்க. அவங்க ஞாபகமா என்கிட்ட இருக்கிறது.... அவங்களோட தாய்மைச்சூடு மட்டும்தான்.

அவங்க முகம்கூட எனக்குத் தெரியாது. எனக்கு நினைவு தெரிஞ்சு அவங்கள பார்க்கணும்னு ஏங்கினப்போ... அவங்க ஊரைவிட்டு எங்கேயோ போயிட்டாங்க. போட்டோவையாவது பார்க்க மாட்டோமாங்கிற ஏக்கம்... எப்பவும் இருக்கு."

என் கைகளைக் கோத்து அணைத்துக் கொள்கிறார் மகேந்திரன். சாரா அம்மாவின் உயிர்ச்சூடு... மகேந்திரன் வழியாக எனக்குள்ளும் பரவுகிறது.

அவருடைய ஏக்கம், எனக்கு மிகுந்த வலியைக் கொடுக்க.... பல நாள் தேடுதலுக்குப் பிறகு, டாக்டர் சாராவின் வளர்ப்பு மகள் ஜோதி, மகன் பெஞ்சமின் செரியன் மற்றும் சாராவின் பேரன் ஜார்ஜ் செரியனைச் சந்திக்கும் வாய்ப்பு கிட்டியது.

இங்கே ஓவியமாக இடம்பிடித்திருக்கும் டாக்டர் சாராவின் இளமையான முகம், தமிழ்த் திரையுலகின் திசைகளைத் திருப்பி வைத்த ஓர் உன்னதமான படைப்பாளிக்கு, அவள் விகடன் வழியாக சமர்ப்பணம் ஆகிறது!

★

எழுத்தாளர் **பிரபஞ்சன்**

முத்தம் கொடுத்துப் பசியாற முடியாது

ஒரு மாலைப்பொழுது. கரை புரண்டோடும் காவிரி ஆற்றின் படித்துறையில் அவளும் அவனுமாய் கால்கள் நனைய அமர்ந்திருக்கிறார்கள். கணுக்காலில் மினுங்கும் அவளது முத்துக் கொலுசைத் தொட்டு... வழிந்தோடுகிறது தண்ணீர்.

"நாம ஏன் கல்யாணம் பண்ணிக்கக் கூடாது?"

நெற்றியில் சுருண்டு விழும் ஒற்றை முடியை ஒதுக்கியவாறே....

"ம்...பண்ணிக்கலாமே...! இப்பவே கௌம்பலாம். எங்க போறோம்...? வீடு, சாப்பாடெல்லாம் எப்படி? சரி... கடன் வாங்கிக்குவோம்.

அடுத்த மாசம் என்ன செய்யிறது? பிராக்டிகலா யோசிச்சியா?" தயங்காமல் பதில் சொல்கிறாள்.

அவன் திரும்பப் பேசவில்லை.

"முத்தம் கொடுத்து பசியாற முடியாது..! இன்னிக்கு ராத்திரி நமக்குள்ளே உறவு ஏற்பட்டுச்சுனா, காலையில் நீ என்னைப் பார்க்குற பார்வை வேற.

மறுத்துப் பேசறதால நான் ஒனக்குத் தப்பா தெரியலாம் வைத்தி. எதுக்காகவும் இந்த சிநேகிதத்தை நான் இழக்க விரும்பல. அதனால் ரெண்டு வருஷம் இதைத் தள்ளிப் போடுவோம்."

அவர்.... எழுத்தாளர் பிரபஞ்சன். அந்தப் பெண், அவரின் அன்புத் தோழி சுமதி.

இந்தி எதிர்ப்பு தீவிரமான காலகட்டம். இடதுசாரி சிந்தனைகளோடு அவர் தி.மு.கவில் ஈடுபட்ட கல்லூரிப் பருவம். ஒரு அரசியல் மேடையில் கவிதை பாடியவரைப் பார்த்து அவள் கேட்டிருக்கிறாள்....

"வாழ்க...! வாழ்க...னு கவிதை பாடுறீங்களே.... உணர்ச்சிவசப்பட்டு தமிழை வளர்க்க முடியுமா?"

பெரும்பாலோர் புரிந்து கொள்ள மறுக்கிற... அவருக்குள் புரிதலை உருவாக்கிய கேள்வி அது. முதலாமாண்டு மருத்துவம் படித்துக் கொண்டிருந்த சுமதி, தன் பெற்றோருடன் அந்தக் காவிரிக் கரையோர நகரத்தில் குடியிருந்திருக்கிறார்.

"இன்னும் சொல்லட்டுமா.... ஒங்களுக்கு சுத்தமா கவிதையே வரல."

முகத்துக்கு நேராக அவள் சொன்னது பிடிக்கவில்லை என்றாலும், அவர் கர்வம் கலைந்தது. உணர்ச்சிகளை கடன் வாங்கி கவிதை பாடியவரை, கதை எழுதுவதற்காக மடைமாற்றி விட்டிருக்கிறார் சுமதி.

பெண்மையின் மேன்மையை, அவர்கள் மீதான கரிசனத்தை தன் எழுத்துக்களில் பரவவிட்டிருக்கும் எழுத்தாளர் பிரபஞ்சன், நெகிழ்வுடன் பேச ஆரம்பிக்கிறார்.

"இந்தி எதிர்ப்புச் சிறைவாசத்தால ஒரு வருடம் படிப்பை இழந்த எனக்கு, சுமதியோட நட்பு ஆறுதலா இருந்துச்சு. லேடீஸ் ஹாஸ்டல்ல.... அடிப்படை வசதியில்லாத பிரச்னை தொடர்பான போராட்டங்கள்ல பெண்களுக்கு ஆதரவா நான் இருந்ததால, என் மேல அவளுக்கு நல்ல மரியாதை.

வெண்ணாற்றங்கரையிலும், விடுமுறை நாட்கள்ல திருவையாறு தியாகராஜர் சந்நிதி படித்துறையிலும் சந்திப்பு தொடர்ந்துச்சு. என்னோட கல்லூரிப் படிப்பு முடிஞ்ச அன்னிக்கு சாயங்காலம்தான் காதலைச் சொன்னேன்."

பிரபஞ்சனின் அறை முழுவதும் நிரம்பி இருக்கும் புத்தக வாசனை என்னைக் கிறங்க வைக்கிறது. சிகரெட்டை எடுத்து எனக்கும் ஒன்று நீட்டுகிறார். மறுத்ததும் புன்னகையோடு புகைத்துக் கொண்டே பேசுகிறார்.

“அப்புறம் நான் புதுச்சேரிக்கு வந்துட்டேன். என்னோட தம்பி எதிர்பாராதவிதமா இறந்துட்டான். அம்மாவுக்கும் ஒடம்பு சரியில்ல. எனக்கு கல்யாணம் ஏற்பாடு செஞ்சுட்டாரு அப்பா. அந்த நெலமையில் நான் மறுக்க முடியல. என்னோட தோழி எனக்கு மனைவியாக முடியாதுங்கற நிலை உருவாயிடுச்சு!”

ஒரு புத்தகத்தைப் புரட்டுவதாய் தனது நினைவுகளின் ஆழ முடிச்சுகளை அவிழ்க்க ஆரம்பித்தவர், புருவம் உயர்த்தி...

‘வாழ்வு நம் வசம் இல்லை. எந்த நேரத்தில் எதுவும் நடக்கலாம். ஊசிதான் நம் வாழ்க்கை. நூல்தான் மனிதர்கள். எதன் வழியாக எங்கு செல்ல வேண்டும் என்கிற உரிமை நூலுக்கு மறுக்கப்படுகிறது.... ஆகவே வாழ்த்துக்கள்!’

“இது, எனக்கு கல்யாணம் ஆனதை தெரிஞ்சுக்கிட்ட சுமதி அனுப்பின வாழ்த்து. மனைவிகிட்ட அவளைப்பத்தி கொஞ்சமா சொன்னேன். எலி பிறாண்டுவதைப் போல அவளுக்கு நெருடல் இருந்திருக்கலாம். ஆனா, பெருந்தன்மையோட இருந்தா.

சுமதி எங்களுக்கு விருந்து வெச்சா. மனைவியை அறிமுகம் செஞ்சப்போ, சுமதி கேட்ட கேள்விக்கு என்னிடம் இப்பவும் பதில் இல்ல.

‘உன் மனைவியை எங்கிட்ட அறிமுகப்படுத்துன மாதிரி... உன் மனைவியோட சிநேகிதனை எனக்கு அறிமுகப்படுத்துவியா...?’

இந்தக் கேள்விக்கான பதிலைத்தான் இன்னமும் என்னோட கதைகள்ல தேடிக்கிட்டிருக்கேன். சீக்கிரம் அந்த நிலையை அடைவேன். உயர்ந்த நிலைக்கு வர்றதுக்கு ஒரு பெண்ணோட தூண்டுதல் நிச்சயமா வேணும்...”

துளிர்க்கும் வியர்வையை அழுந்தத் துடைத்துக் கொள்கிறார்.

“அதுக்கப்புறம் நான் சென்னை வந்து பத்திரிகைகள்ல வேலைக்குச் சேரும்போதும் சுமதியோட ஆலோசனையைக் கேட்டுப்பேன். ஒரு பத்திரிகையில் சேர்ந்தப்போ அவ சொன்னது இன்னமும் ஞாபகம் இருக்கு.”

‘வாழ்நாள் முழுக்க எதை எதிர்த்தும், விமர்சிச்சுக்கிட்டும் இருந்தியோ... அங்கேயே வேலைக்குப் போற... ஒண்ணு உன்னை

இழக்கணும்... இல்லேனா சேருமிடத்துல அந்த வண்ணமா மாறனும்!'

சில வருஷத்துக்கு அப்புறமா விகடன்ல சேர்ந்தேன். சுமதிக்கும் கல்யாணம் ஆச்சு. ஆனா, தொடர்ந்து நாலு தடவை கர்ப்பம் கலைஞ்சுருக்கு.

ரொம்ப நாள் கழிச்சுதான் கர்ப்பப்பை புற்று நோய்னு தெரிஞ்சுது. திருமணம் ஆன எட்டாவது வருஷம், சுமதி உலகத்தைவிட்டே போயிட்டா..."

பிரபஞ்சனை உற்றுப் பார்க்கிறேன். கண்களில் துயரம் நிரம்பியிருந்தது.

"எந்த நிலையிலும் பெண்களுக்கு ஆதரவா எழுத்துக்கள்ல இயங்கணுங்கிறதுதான் சுமதி எனக்குக் கொடுத்த ஞானம்."

அதற்கு மேல் அந்த அறையில் அவரால் இருக்க முடியவில்லை.

"வாங்க.... நடந்து போய் ஒரு காபி சாப்ட்டு வருவோம்"

அழைத்தார்.

"சமீபத்துல நான் கனடா கிளம்பும்போது கூட....

'இப்போ சுமதி உயிரோடிருந்தா... நீங்க சொல்லிட்டுப் போகலாம்'

அன்பா சொன்ன மனைவிக்கு, எங்கிட்ட பதில் இல்ல...."

வேப்ப மர நிழலில் நின்றோம்.

"அக்கறையோடு என்னை அணுகி.... கேள்விகளால, விமர்சனத்தால் அசைத்துப் பார்த்தவ சுமதி. புதுச்சேரி வரலாற்றை 'வானம் வசப்படும்'ங் கற தலைப்புல எழுத வெச்சது அவதான். அதுக்கு சாகித்ய அகாடமி விருது கெடைச்சப்போ சுமதி உயிரோட இல்ல..."

பேச்சில் ஏக்கம் நிறைந்திருந்தது. முதுமையை நோக்கிய பயணத்தில் ஆதாரமாயிருப்பது நினைவுகள்தானே...!

"ஒரு பேச்சாளனா, அரசியல்வாதியா ஆகியிருக்கக் கூடிய என்னை... ஒரு பொறுப்பான எழுத்தாளனா மாத்தினா. காளித்தனத்தோடு சுத்தினவன கண்டிச்சு திசை திருப்பினா. என்னோட எழுத்துக்கள்ல நல்ல பகுதிகள் இருக்குமானா... அதுக்கு ஒரே காரணம்... சுமதிதான்!"

கொஞ்சமாக மேகமூட்டங்கள் வெயிலை மறைத்தன. வரிசையில் நின்று காபி வாங்கித் தந்தார்.

"இப்படித்தான்... நான் காதல் சொன்னப்போ, 'வா... கிருஷ்ணய்யர் ஹோட்டலில் காபி சாப்பிடுவோம்...' என்றாள் சுமதி.

அவளோட உடல்மொழி மரியாதைக்குரியது. பாந்தமா சேலை கட்டி, பாத விரல்கள் தெரியாம நடப்பா. பிறர் பேசறத அமைதியா கேட்டுட்டு, கடுமையான விமர்சனத்தை சிநேகமாக

வைப்பா. அந்த அன்பான சுமதிதான் என் கதைகள்ல வர்ற நாயகி..."

"இப்போ எப்படி அவங்கள நெனைக்கிறீங்க...?"

காபியை பாதியில் வைத்துவிட்டு,

"அம்மா, அப்பாவை நெனைச்சுப் பார்க்கறது எவ்வளவு சத்தியமானதோ.... அது மாதிரிதான் சுமதியும். நொடிப்பொழுதுகளில் தோன்றி மறையும் வால் நட்சத்திரம் போல பேரழகுடன் என் வாழ்க்கையில் வந்தவ, இன்னும் கொஞ்ச நாட்கள் இருந்திருக்கலாமோ?

என் மனைவி இருந்திருந்தாலும் இந்தத் தவிப்பு இருக்கும். ஏன்னா.... அவளும் சுமதியை நேசிச்சவ. எதை மையப்படுத்தி நான் இயங்குறேனோ... அந்த மையப்புள்ளிய அறிமுகப்படுத்தியவள் சுமதி. இப்போ அந்த புள்ளியாவே மாறிட்டா. என் படைப்புகளோட முழுத்தொகுப்பும் ஒரு நாள் வரும். அது சுமதிக்குத்தான் சமர்ப்பணம்..!"

"அடுத்து என்ன செய்யப் போறீங்க...?" ஆசுவாசமாகக் கேட்டேன்.

"நோய் தீவிரமாகி வலியால் துடிச்சப்போ தனிமையைத்தான் விரும்பினா சுமதி. அப்போ அவளோட சிந்தனைகளை டைரியில் எழுதிக் கொடுத்தது.... எனக்கு மிகப்பெரிய பொக்கிஷம்.

ஒவ்வொரு வருஷமும் தியாகராஜர் ஆராதனை நடக்கும் போதெல்லாம், திருவையாறு காவிரிக்கரையில் நாங்க சந்திப்போம். அந்த சுவடுகளைத் தேடிப் பயணிக்கப் போறேன். அத வெச்சு ஒரு நாவல் எழுதணும். அதுல முதல் அத்தியாயம் சுமதியோட டைரிதான்!"

பையில் இருந்த டைரியை வாங்கிப் பார்த்தேன். அந்தக் கையெழுத்துக்களில் வலி தெரிந்தது.

வெயிலில் உதிரும் வேப்பம் பூக்களாய் மழை தூற ஆரம்பித்தது. மேலே எதுவும் பேசாமல் தனியே நடக்க ஆரம்பித்துவிட்டார் பிரபஞ்சன்.

தோழர்.இரா.நல்லக்கண்ணு

நாலு வீட்டுச் சாப்பாடு எங்களுக்குப் போதும்... நீ கவலைப்படாதே

மதுரை சிறைச்சாலை.... பார்வையாளர் பகுதி... கூட்டம் அலைமோதிக் கொண்டிருக்கிறது.

தூக்குக் கயிறை எதிர்நோக்கி நின்ற மூன்று தோழர்கள்.... அவர்களின் மனைவிகள், குழந்தைகள், கூடவே சக இளம் தண்டனைக் கைதிகள்.

"ரெண்டொரு நாள்ல தீர்ப்பு வந்துடும். இவங்க மூணு பேருக்கும் தூக்கு கெடைக்கும்னுகூட சொல்றாங்க. நீங்கள்லாம் தைரியமா இருக்கணும்..."

வக்கீல் என்.டி.வானமாமலை சொன்னதாக, மூவருடைய குடும்பத்தினரிடமும் தெரிவித்தனர் உடனிருந்த தோழர்கள்.

"நாலு வீட்டுக்கு நடந்து ஊர்ச்சாப்பாடு வாங்கியாவது எங்க வயித்தக் கழுவிக்குவோம்.... பீடி சுத்தியாவது நம்ம பிள்ளையள கரையேத்திடுவேன். கூடவே நம்ம தோழர்களும் இருக்காங்க... நீ எங்களப்பத்தி கவலப்படாம தைரியமா இரு!"

ஏழ்மை வதைத்த ஒரு பெண், தீர்ப்புக்குக் காத்திருக்கும் கணவர் வேலாயுதத்திடம் சொன்னார்.

அந்த வைராக்கிய வார்த்தைகள், பக்கத்திலிருந்து அவற்றைக் கேட்ட சக கைதி ஒருவரின் மன உறுதியை மேலும் நூறு மடங்கு கூட்டியது... அவரது பொதுவாழ்க்கைப் பயணத்துக்கு உரமூட்டியது. போராட்டம் ஒன்றையே சொத்தாகக் கொண்டிருந்த ஒரு சவரத் தொழிலாளி மனைவியின் குரல் அது.

அந்தப் பெண்... பாப்பம்மாள். அவர் வார்த்தைகளை அருகில் இருந்து கேட்ட கைதி... 70 ஆண்டுகளுக்கும் மேலாக மக்களின் உரிமைப் போராளி, 'தோழர் ஆர்.என். கே.' என்றழைக்கப்படும் ஆர்.நல்லக்கண்ணு. இந்திய கம்யூனிஸ்ட் கட்சியின் முதுபெரும் தலைவர்!

"அய்யா.... உங்ககிட்ட பேசணுமே..." தொலைபேசியில் கேட்டேன்.

"இப்ப வீட்லதான் இருக்கேன்... வாரியளா...?"

முதிர்ந்த வேப்ப மரமும், உயர்ந்த நெட்டிலிங்க மரங்களும்... கூடவே வாகன இரைச்சலும் சூழ்ந்த வீடு. கதவு திறந்து புன்னகையோடு வரவேற்று, சிவப்பு நாற்காலியில் உட்காரச் சொன்னார்.

"வெயில் அதிகமாயிருக்கே... தண்ணி எதுவும் சாப்புடுறியளா?"

கதர் பனியனை சரிசெய்தவாறே கேட்டுவிட்டுப் பேச ஆரம்பித்தார்.

"நாம் கேட்ட உண்மையான சுதந்திரம் கெடைக்கலனு கம்யூனிஸ்ட் கட்சி 1948ல சொன்னது. வெளிநாட்டான் போயிட்டான்; இப்போ உள்ளூர்ல அடிமையாயிட்டோம்'னு சொன்னதால... கட்சியைத் தடை பண்ணிட்டாங்க. தஞ்சை சதி வழக்கு, கோவை சதி வழக்குனு.... கட்சித் தோழர்களையெல்லாம் கைது பண்ணிட்டாங்க. நெல்லை சதி வழக்குல எங்கள தேடவே... நாங்க தலைமறைவாயிட்டோம்."

மெல்லிய குரலில் தொடர்ந்தார்.

"அப்புறம் போலீஸ் எங்கள கைது பண்ணி, ஜெயில்ல வெச்சாங்க. 'நாலு மாசத்துக்கப்புறம் சிலருக்கு விடுதலை, சிலருக்கு ஆயுள் தண்டனையும், மூணு பேருக்கு தூக்கும் கெடைக்க வாய்ப்புருக்கு'னு வக்கீலெல்லாம் சொன்னாங்க.

கி.மணிவண்ணன்

தூக்குத் தண்டனை எதிர்பார்த்த மூணு பேர்ல ஒருத்தரு வேலாயுதம். திருநெல்வேலி மாவட்டத்துல, வாகைக்குளம் சொந்த ஊரு. சவரத் தொழில் செஞ்சுகிட்டே கட்சிப் போராட்டங்கள்ல தீவிரமாயிருந்தவரு.

அவரோட மனைவிய கூப்புட்டு விஷயத்த சொன்னோம். நாங்க ஆறுதல் சொன்னப்போ... தன்னோட வீட்டுக்காரர்கிட்ட பாப்பம்மா அப்படிச் சொல்லும்னு நான் எதிர்பாக்கல. அந்த அம்மா கையால நானும் அந்த ஊர்ச் சாப்பாட்டை வாங்கிச் சாப்பிட்டிருக்கேன்"

குரல் தழுதழுக்கிறது தோழருக்கு.

"பாப்பம்மாவைப் பத்திச் சொல்லுங்களேன்..."

கொஞ்ச நேரம் கழித்துக் கேட்டேன்.

"சவரத் தொழில் செய்ற குடும்பம். ரெண்டு பொம்பள பிள்ளைங்க. கிராமத்து வீடுகள்ல ஊர்ச் சாப்பாடு வாங்கிச் சாப்பிடுற நெலைமை. நாங்க தலைமறைவா இருந்த நாட்கள்ல, சாப்பாடு கெடைக்காது.

அப்போ அந்தம்மா வாங்கின ஊர்ச்சாப்பாட்டை... எங்களுக்குக் கொடுத்து அனுப்பும். பல வீட்டுச் சாப்பாடு... சாம்பார், ரசம், புளிக்கொழம்புனு ஒரு கலவையா இருக்கும். பாப்பாம்மா கொடுத்த சாப்பாடுதான் எங்க வயித்த காயவிடாம அப்போ காப்பாத்துச்சு."

வாசலில் அழைத்த பால்கார அம்மாவுக்கு தானே போய் பதில் சொல்லிவிட்டு வருகிறார்.

"நாங்க ஜெயில்ல இருந்தப்போ வேலாயுதத்துக்கு பாப்பம்மாகிட்ட இருந்து கடிதம் வரும். அதுல சில வார்த்தைகளை அதிகாரிங்க கறுப்பு மையால மறைச்சிருப்பாங்க. நாங்க அதப்படிக்கணும்கிற ஆர்வத்துல அதுல எண்ணெயைத் தடவி வௌக்கு வெளிச்சத்துல பாப்போம். அப்படி வந்த ஒரு லெட்டர்ல....

'ஜெயிலுக்குள்ளே க்ஷயரோகத்தால் (காச நோய்) கஷ்டப்படும் நான், வெளியே வந்தால் என்ன வேலை செய்துவிடப் போகிறேன்' என்று எழுதியிருந்தீர்கள். அந்தக் கவலை உங்களுக்கு வேண்டாம். நான்கு வீடுகளில் சோறு வாங்க எனக்கு தைரியமிருக்கிறது. நம் தோழர்களோட சந்தோஷமாயிருங்கள்.'

“அந்த ஏழ்மையான பெண்ணோட ஈரமான மனசும், வைராக்கியமும் ரொம்ப பெருசு. வார்த்தையில் சொல்றது கஷ்டம்.

தீர்ப்பு வந்தது..... தோழர்கள் வேலாயுதம், கே.பி.எஸ்.மணி, அழகுமுத்து மூணு பேருக்கும் ஆயுள் தண்டனை. எனக்கு ஆயுள் தண்டனையோட சேர்த்து... இன்னும் சில வருடங்கள்.

வேலாயுதத்தையும், இன்னொரு தோழரையும் ஆஸ்பத்திரியில் சேர்க்கணும்னு உண்ணாவிரதம் இருந்தோம்.

தாம்பரம், டி.பி. ஆஸ்பத்திரியில் சேர்த்த கொஞ்ச நாள்ல இறந்துட்டார் வேலாயுதம்.”

உரிமைக்கு குரல் கொடுக்க கணவனை தாரைவார்த்து, தனது வாழ்க்கையையும் கொடுத்திருக்கிறார் பாப்பம்மாள்.

“என் அரசியல் வாழ்க்கையில் நெறைய மனக்கஷ்டம், பிரச்னைகள் வந்திருக்கு. அந்த நேரத்துல எல்லாம் பாப்பம்மாவோட பேச்சு, வாழ்க்கைதான் எனக்கு உந்துதலா இருந்துச்சு. மக்கள் பிரச்னைகளுக்காக போராடுற வேகமும் கெடைச்சுது.”

‘எங்களுக்கு, வயல் எங்கேப்பா இருக்கு..... வயிறுதான் இருக்கு’ என்று சொன்ன ஏழைகளுக்கு நிலப்போராட்டம்... திருநெல்வேலி கம்பா நதியில் தடுப்பணைக் கட்ட போராட்டம்..... ஏழை விவசாயிகளை சாணிப்பால் குடிக்க வைப்பது, சவுக்கடி போன்ற கொடுமைகளுக்கு எதிரான மனித உரிமைப் போராட்டம்... பஞ்சாலைத் தொழிலாளர்களுக்கான உரிமைப் போராட்டம்... தாழ்த்தப்பட்டோர் மீதான அடக்கு முறைக்கு எதிரான போராட்டம்... 80 வயதைக் கடந்து இன்றும் தாமிரபரணி ஆற்று மணல் திருட்டைத்தடுக்க வெயிலில் இறங்கிப் போராட்டம்...

இப்படியாகப் போராட்டப் பாதைகளில் தனது பொது வாழ்க்கைப் பயணத்தை, விளம்பரம் இல்லாமல் தொடரும் இந்த எளிய மனிதரின் போர்க் குணத்துக்கு ஆதர்சமாக இருப்பது ஓர் எளிய பெண்ணின் குரல்!

“சிறைக் கொடுமைகளை, அனுபவங்களை தோழர் ஆர். எஸ். ஜேக்கப் புத்தகமா எழுதினாரு. அதுலயிருந்து கெடைச்சதோட... நாங்களும் கொஞ்சம் பணம் சேர்த்து பாப்பம்மா குடும்பத்துக்குக் கொடுத்தோம். தோழர்கள் உதவி செஞ்சாங்க. ரெண்டு பொண்ணுங்களுக்கும் கல்யாணம் ஆயிடுச்சு. இன்னிக்கு பாப்பம்மா உயிரோடு இல்லை. அந்தக் குடும்பத்துக்கு இன்னும் செய்யணும்ணு தோணுது.”

கொஞ்ச நேர அமைதி... நெகிழ்வுடன் தொடர்ந்த தோழர்,

“எத்தனையோ பெண்களுக்கு எங்களோட மக்கள் போராட்டங்கள்ல சிறப்பான பங்கு இருக்கு. ஆனாலும் ‘நாலு வீட்டு சாப்பாடு போதும்... உன்ன தூக்குல போட்டாலும் எங்களப்பத்தி கவலைப்படாதேனு கணவர் வேலாயுதத்தின் போராட்ட வாழ்க்கையைப் பெருமைப்படுத்திய பாப்பம்மாளின் குரல் எனக்குள் கேட்டுக்கிட்டே இருக்கு...”

அவரின் தோழமை உணர்வுகளில் நானும் கலந்தேன். வாசலில் கிடந்த ரப்பர் செருப்பைக் கூட போட்டுக் கொள்ளவில்லை.

நெட்டிலிங்க மரத்தின் சருகுகளை மிதித்துக் கொண்டே நடந்து... வாசல் வரை வந்து வழியனுப்புகிறார் தோழர் ஆர்.என்.கே.!

கவிஞர் வாலி

இந்துக் குழந்தைக்கு உயிர் கொடுத்த முஸ்லிம் தாய்

"ரெங்கநாதப் பெருமாளே... பச்சக் கொழந்த இப்படி பசியால அழுறதே...!"

"பெத்தப் புள்ளைக்கு ஒரு வாய் பால் கொடுக்க முடியாம கெடந்து தவிக்கிறாளே மகராசி..."

கவலை தோய்ந்த குரல்கள்... அந்தக் குளிர் சூழ்ந்த இரவில் கேட்கின்றன.

1931ம் ஆண்டு அக்டோபர் மாதத்தின் மழைக் காலம். இருட்டின் கருமை கலந்து வேகமாய்ச் சுழன்றடிக்கும் சாரல் மழை... இடியும் மின்னலுமாய் வலுக்கிறது.

அந்த இரவில் பொன்னம்மாள் அழகான ஓர் ஆண் குழந்தையைப் பெற்றெடுக்கிறார்.

மழைக் குளிரால் நடுங்குகிறது அந்தத் தாயின் உடல். குழந்தையின் அழுகுரல் அந்த அறை முழுவதும் பட்டுத் தெறிக்கிறது.

ஒருபுறம் பிரசவக் களைப்போடு குளிரில் நடுங்கும் தாய்... மறுபுறம் ரத்தமும் ஈரமுமாய் பசியில் துடிக்கும் சேய். எழுந்து பாலூட்ட முடியாத அந்தத் தாய்க்கு கொஞ்ச நேரத்தில் குளிர் ஜுரம் வாட்டியெடுக்க.... பச்சை உடம்பு ஜன்னியால் துவள்கிறது.

குழந்தையின் பசிக்கு புட்டிப்பாலோ.... ஃபீடிங் பாட்டிலோ இல்லாத காலம். யாரைக் காப்பாற்றுவது. தாயையா.... குழந்தையையா...?

பிஞ்சுக் குரலின் அழுகைக்கு நடுவே தாயைக் காப்பாற்ற ஏற்பாடு நடக்கிறது. அந்த குளிர் இரவில் விறகு தேடி, நெருப்பு மூட்டி, கம்பளியால் போர்த்தி... வெப்பம் ஏற்றுகிறார்கள்.

கண்ணீரோடு குழந்தையை முத்தமிடும் தந்தை, போர்த்தியிருக்கும் துணியோடு சேர்த்து இரண்டு கைகளால் தூக்குகிறார். "நீதான் என் கொழந்தையக் காப்பாத்தணும்.... நேக்கு வேற வழி தெரியல..!"

சுற்றியிருக்கும் ஆசாரம் நிரம்பிய உறவுகளின் ஆச்சர்யப் பார்வைக்கு நடுவே, ஸ்ரீனிவாச அய்யங்காரிடம் இருந்து வாங்கிக் கொள்கிறார்... அவரிடம் ஆபீஸ் பியூனாக வேலை பார்க்கும் இப்ராஹிம்.

அழும் குழந்தையைத் தூக்கிக் கொண்டு தன் வீட்டுக்குப் போகிறார். சமீபத்தில் பிறந்த தன் குழந்தைக்கு பக்கத்திலேயே மனைவியின் புடவைத் துணி பரப்பி... இந்தக் குழந்தையையும் படுக்க வைக்கிறார்.

"அய்யங்கார் வீட்டம்மா பால் குடுக்க முடியாம ஜன்னி வந்து மோசமா கெடக்காங்க. நாமதான் புள்ளயக் காப்பாத்தணும்."

அந்தத் தாய்... குழந்தையை அள்ளி அணைத்து முத்தமிடுகிறார். அது அன்பு ஈரத்தால் சிலிர்த்து விழிக்கிறது. தன் மார்பை எடுத்து பிஞ்சுக் குழந்தையின் வாய்க்குக் கொடுக்கிறார். ஒரு மார்பில் முஸ்லிம் குழந்தை.... இன்னொரு மார்பில் இந்துக் குழந்தை.

அழுகை அடங்கி, அந்த முஸ்லிம் தாயின் கழுத்தில் கிடக்கும் கருகமணிக் கொடியைப் பற்றிக் கொள்கிறது... தொப்புள் கொடி அறுந்த இந்துக் குழந்தையின் பிஞ்சு விரல்கள். பெற்ற தாய், உடல் நலம் தேறி உயிர் பிழைக்கும் வரை, குழந்தைக்குப் பாலூட்டி உயிர் கொடுத்த அந்த அன்புத்தாய்.... பாத்திமா!

44 ★ செம்மை மாதர்

அன்னை பாத்திமாவின் முலைப் பால் ஈரத்தில் முளைவிட்டவர்..... 50 ஆண்டுகளுக்கும் மேலாக, கால நதியின் மேடு, பள்ளங்களைக் கடந்து இன்றும் பயணிப்பவர். திரைப்பாட்டுலகின் மூத்தவராய் விளங்குபவர். அவர்....

ரெங்கராஜன் என்கிற காவியக் கவிஞர் வாலி!

"வாய்யா... வந்து உட்காரு!"

வரவேற்றவரை வணங்கி அமர்ந்தேன்.

"எத்தனையோ பாட்டு எழுதியிருக்கலாம்யா.... ஆனா, எனக்குப் புடிச்ச பாட்டு... நண்பர் நாகூர் அனீபாவோட 'இறைவனிடம் கையேந்துங்கள்...'ங்கிற இஸ்லாமியப் பாட்டுதான்...."

விபூதி, குங்குமம் நிறைந்து ஒளிரும் முகத்தில், சீராக வளர்ந்திருக்கும் வெண் தாடியை தடவிக் கொண்டே பேச ஆரம்பிக்கிறார் கவிஞர் வாலி.

"அறந்தாங்கி பக்கம் என் குடும்பம் இருந்திருக்கு. அப்பா சால்ட் இன்ஸ்பெக்டர். அவர்கிட்ட வேலை பார்த்த இப்ராஹிமோட மனைவி, தாய்ப்பால் கொடுத்து எனக்கு உயிர்ப் பிச்சை போட்டதா ரொம்ப நாளைக்கப்புறம் அம்மா சொன்னாங்க...!"

சிறிது அமைதியாயிருந்தவர் நெகிழ்ச்சியோடு தொடர்கிறார்.

"நான், 'முகம்மது பின் துக்ளக்' படத்துக்கு எழுதின பாட்டு.... 'நீ இல்லாத இடமே இல்லை.... நீதானே உலகின் எல்லை ... அல்லா அல்லா...!'. அணையா விளக்கு' படத்துக்காக எழுதினது... நல்ல மனதில் குடியிருக்கும் நாகூர் ஆண்டவா..!'ங்கற பாட்டு.

வைணவக் குடும்பத்துல பொறந்து, எப்படி ஆழ்ந்து இஸ்லாமியப் பாட்டு எழுத முடியுதுனா.... எனக்கு உயிர்கொடுத்த உத்தமி என் உள்ளத்துல குடியிருக்கிறா. என்னோட வளர்ச்சியில முஸ்லிம் பெருமக்களுக்கு முக்கிய பங்கு இருக்குய்யா!"

வாலி பயணித்த படிக்கட்டுகள் பெரும்பாலும் இஸ்லாமியப் படிக்கட்டுகளே!

"என்னோட 16 வயசுல... திருச்சி வானொலி அதிகாரிகள் ஏ.ஏ.ஹக்கீம், கவிஞர் சாகுல் ஹமீது.... 'உனக்கு பிரமாதமா கதை, கவிதை எழுத வருது. சினிமாவுல பெரிய ஆளா வருவேய்யா!'னு சொல்லி ஆதரவு தந்தாங்க.

ஸ்ரீரங்கத்திலேர்ந்து சினிமாவுக்கு பாட்டெழுத சென்னைக்கு வந்தப்போ, 'ஏதாவது எழுதுங்க வாலி.... நான் மெட்டுப் போடறேன். ஒரு நாளைக்கு உங்க வீட்டுலயும் புரொட்யூசர் கார் வரிசையா வந்து நிக்கும்யா!னு சொல்லி, பாட்டெழுதத் தூண்டிய இசையமைப்பாளர், டி.எம். இப்ராஹிம்.

முதல் பாட்டு எழுத வாய்ப்புத் தந்தவர் 'இதயத்தில் நீ' படத்தைத் தயாரிச்ச ஆனந்தி பிலிம்ஸ் சுலைமான். அதுக்கப்புறம்தான் முக்தா ஸ்ரீனிவாசன் மூலமா எம்.எஸ்.வியை சந்திச்சேன்"

நினைவு நாடாக்களை மெலிதாகப் புரட்டிக் கொண்டிருந்தார் வாலி.

“அப்போ நான் சென்னை, மகாலிங்கபுரத்துல மனைவி, குழந்தையோடு குடியிருந்தேன். சினிமாவில் நிரந்தர வருமானமில்லாத நேரத்தில்.... எப்போ வாடகைப் பணம் கொடுத்தாலும் அதை வாங்கிகிட்டு அடைக்கலம் கொடுத்தது திருமதி ஸுனைதா பேகம்.

‘சினிமாவுல எழுதிட்டிருந்தாலும் கவியரங்கத்துலேயும் நீங்க பாடணும்’னு கம்பர் விழா கவியரங்கில் பத்து முறை தலைவரா உட்கார வெச்சு அழகு பார்த்தவர்.... நீதியரசர் எம்.எம். இஸ்மாயில்!”

அந்த அறை முழுவதும் சிறிய, பெரிய அளவுகளில் புகைப்படங்கள். கலைஞர், எம்.ஜி.ஆர், கண்ணதாசன், எம்.எஸ். விஸ்வநாதன், இளையராஜா போன்றோர் வாலியுடன் நெருங்கிச் சிரிக்கிறார்கள்.

“இசைஞானி, எங்கிட்ட ஒரு புத்தகத்தைக் கொடுத்தார். அது நபிகள் நாயகத்தோட வாழ்க்கையை வசன கவிதையா கவிஞர் மு.மேத்தா எழுதினது. அதுதான் என்னை ‘அவதார புருஷன்’ எழுதத் தூண்டியது. ஒரு இஸ்லாமிய விளக்குதான்... இன்னுமொரு இந்து விளக்கை ஏற்றி வைத்தது.

நான் பத்மஸ்ரீ விருது வாங்கும்போது, இது ஒங்ககிட்ட இருக்கிறதுதான் பொருத்தம்!’னு சொன்னவர் அன்றைய ஜனாதிபதி மேதகு அப்துல்கலாம்.”

தும்பைப்பூ நிற ஜிப்பா வேஷ்டியை சரிசெய்து கொண்டே எழுந்தார் வாலி.

“சாப்டுகிட்டே பேசுவோம்யா!”

மைத்துனர் சுவாமிநாதனை அழைத்து உபசரிக்கச் சொல்கிறார். அந்தத் தருணத்தில் வாலியின் தாய்மை உணர்வை தரிசித்தேன்.

‘’வயசான காலத்துல கொஞ்சம் மன நிம்மதியில்லாம இருந்தேன். அதைக் கேள்விப்பட்ட ஒரு இஸ்லாமிய தாய்... ‘வாலி சார்.... உங்களுக்காக நான் கடப்பா தர்ஹாவுக்குப் போறேன். உங்கப் பணத்துல அங்கே ஏழைகளுக்கு சாப்பாடு போடணும்’னு

சொல்லி எனக்காக சிரமம் எடுத்து வேண்டிக்கிட்டு வந்தார். அவர் ஏ.ஆர்.ரஹ்மானின் தாயார் கரீமா பேகம்!"

பாலூட்டிய பாத்திமா தொடங்கி.... தன் மேல் கரிசனம் காட்டும் கரீமா வரை... இஸ்லாமிய பந்தம் இன்றும் தொடர்கிறது இவருக்கு.

"தாய்ப்பால் கொடுத்த முஸ்லிம் தாய்க்காக ஏதாவது கவிதை எழுதியிருக்கீங்களா?"

கொஞ்சம் தயங்கியவாறே கேட்டேன்.

"அந்த அம்மாவுக்கு நான் என்னய்யா கவிதை எழுதறது...? என் உயிராய், தலை முடியாய், விரல் நகமாய், எலும்பாய், நரம்பாய், ரத்தமும் சதையுமாய் எனக்குள்ளேயே இருக்காங்க. இன்னிக்கும் எனக்கு தமிழ்ப்பால் சுரக்குதுன்னா.... அந்தத் தாயின் மார்பில் அன்று சுரந்த தாய்ப்பால் தானே காரணம்...?!"

தமிழ்த் திரையிசை வரலாற்றில் இரண்டு நூற்றாண்டுகளை இணைக்கும் வாலி எனும் மகாகவிஞனின்....

'அம்மா என்றழைக்காத உயிரில்லையே' தொடங்கி... காலையில் தினமும் கண் விழித்தால் நான் கை தொழும் தேவதை அம்மா...' என்று உயிர் கலந்து உருக்கும் அவரது பாடல்கள்... அந்த பாத்திமா தாய்தானோ...?!

நெகிழ்வோடு விடை பெற்றேன்.

வீட்டு வாசலில் வளர்ந்து நிறைந்திருக்கும் மணி பிளான்ட் கொடிகள் தண்ணீரில் குளித்து இன்னும் அழகாய் அசைந்தன!

வெ.இறையன்பு, ஐ.ஏ.எஸ்.

அதிகாரம் என்பது அவதாரமல்ல

அந்தக் குறுகலான அறையில் பகலிலும் மின்சார விளக்கு எரிந்து கொண்டிருந்தது. நேர்த்தியாக அடுக்கப்பட்ட புத்தகங்கள். புளித்த சட்னியை, இட்லியோடு கட்டிக் கொண்டு பேருந்துக்கு விரைகிறார் அந்த இளைஞர்.

பயணத்திலும் படிப்பு. ஒரு கிராமத்தில் இறங்கி வாடகை சைக்கிளில் தனது வேளாண்மை அலுவலர் பணியைத் தொடர்கிறார். பின்பு, வருமான வரித்துறையில் பணி. இருந்தாலும்... கண்களில் ஐ.ஏ.எஸ். எழுதி சாதிக்கும் வெறி கனன்று கொண்டிருந்தது.

தமிழ் இலக்கியத்தையும், வேளாண்மையையும் விருப்பப்பாடமாக எடுத்துப்படிக்கிறார்.

வழிகாட்ட ஆளில்லை... புத்தகங்களுமில்லை. அலைந்து திரிந்து தகவல்கள் சேகரிக்கிறார்.

பக்கத்து அறையில் சீட்டுக் கச்சேரி... கீழே டீக்கடையில் பாட்டுக் கச்சேரி.

இந்த நெருக்கடியான சூழலிலும் இரவு பகலாகப் படிக்கிறார்.

அவருக்குள் இருக்கும் பொறியை ஊதி ஊதி வளர்க்கின்றனர் பெற்றோர். அகில இந்திய அளவில் 15வது இடம்... தமிழகத்தில் முதலிடம் பெற்று ஐ.ஏ.எஸ். தேர்வில் வெற்றி பெறுகிறார்.

மரங்களின் பசுமை படர்ந்து... மேகங்கள் இளைப்பாறிச் செல்லும் மசூரி மலைப்பகுதி. லால்பகதூர் பயிற்சிக் கூடத்தின் சர்தார் படேல் அரங்கம். ஐ.ஏ.எஸ். தேர்ச்சியடைந்து, பயிற்சி பெறும் இளைஞர்களால் நிரம்பியிருந்தது. அவர்களில் ஒருவராக, எதிர்கால கனவுகளுக்கு உயிரூட்டக் காத்திருக்கிறார் அந்தத் தமிழக இளைஞர்.

ஒரு காலை நேரம். ஒப்பனையில்லா முகத்துடன் நூல் புடவை உடுத்தியிருந்த அந்தப் பெண்மணி பேசத் தொடங்கினார்... கண்களில் தீட்சண்யம் நிரம்பியிருந்தது.

“இதோ! நர்மதையில் சர்தார் சரோவர் அணையைக் கட்டுகிறது அரசாங்கம். காலம் காலமாக அந்த வனத்திலிருக்கும் பழங்குடியினரை, அவர்கள் வாழவே முடியாத இடத்துக்குத் துரத்துகிறது. பணம் என்பது அவர்களுக்கு வெற்றுக் காகிதம். அதனைக் கொடுத்து விரட்டியடிக்கிறது. அது கரைந்தபின் கடன் வாங்கக் கற்றுக் கொடுக்கிறது. நாகரிகம் என்ற பெயரில் அவர்களது வாழ்க்கையை மாற்றி, உரிமையைச் சிதைக்கிறது..!”

அவர் பேசத் தொடங்கியபோது சருகுகளை மிதிப்பது போன்ற சலசலப்பு.

“அணைகள் இந்தியாவோட கோபுரங்கள். அவை இல்லாம விவசாயம் எப்படி செய்யறது...?”

கூட்டத்திலிருந்து ஒரு கேள்வி.

“அணை பெரிதாகும்போது பிரச்னைகளும் பெரிதாகும். அதனால் ஏற்படும் இழப்புகளும் அதிகம்!”

பருத்திப்பூ வெடிப்பது போல வார்த்தைகள் வந்து விழுந்தன. அலட்சியமாகக் கேட்டவர்களும் ஆச்சர்யத்தால் நிமிர்ந்தனர். அவர்களின் இதயம் இளகியது.

“அது மட்டுமா..? கோடிக்கணக்கான உயிரினங்கள், லட்சக்கணக்கான மரங்கள், பல்லாயிரக்கணக்கான அரியவகைத் தாவரங்கள்... இப்படி ஒரு பள்ளத்தாக்கைத் தண்ணீரில் சாகடித்து விட்டு... அந்தச் சமாதியின் மேல் வாழும் வாழ்க்கை

தேவையா? இயற்கை வளத்தை அழிக்கும் உரிமையை உங்களுக்கு யார் கொடுத்தது.”

வெண்மேகங்கள் உட்புறம் வீசியிருந்த குளிர், அரங்கில் நிரம்பியிருந்தாலும் அந்தப் பெண்மணியின் பேச்சில் அனல் தெறித்தது. உற்றுக் கவனித்துக் கொண்டிருந்த அந்த இளைஞரின் கண்களில் ஈரம் கசிந்தது.

‘அந்தப் பிரச்னையில இந்தப் பெண்மணிக்கு ஏன் இவ்வளவு அக்கறை..?’

எல்லா வளர்ச்சிகளுக்கு நடுவிலும் இதயத்தைத் தொலைத்து விட்டது போன்ற அந்நியத் தன்மை... வாழ்க்கையைச் சுட்டெரிக்கிறது. அதனைச் சுட்டிக் காட்டிய அப்பெண்மணியின் பேச்சு... அந்த இளைஞரைப் புரட்டிப் போட்டது.

அந்தப் பெண்மணி... பழங்குடியினரையும், சுற்றுச் சூழலையும் காக்கப் போராடும் உரிமைப் போராளி மேதா பட்கர். அந்த இளைஞர்... வெ.இறையன்பு ஐ.ஏ.எஸ்.

அலுவலக அறைக் கதவைத் தட்டியதும்.... கதவு திறந்து, “வாங்க பாஸ்..!” என்று மிகச் சிநேகமாக வரவேற்றார் இறையன்பு.

“மசூரியில் 1988ல் நடந்த அந்தப் பயிற்சிதான் என்னோட பரிமாணங்களை பட்டை தீட்ட உதவுச்சு...”

தேன் கலந்த பச்சைத் தேநீரைக் குடிக்கக் கொடுத்து, மனம் குளிர்ந்து பேசத் தொடங்கினார் இறையன்பு.

“சின்ன வயசுல பார்த்த பல வறிய குடும்பங்களின் ஏழ்மை என்னை ரொம்ப பாதிச்சுது. அதுதான் சமூக அக்கறையை எனக்குள்ள விதைச்சுது. நிர்வாகத்துக்கும், இலக்கியத்துக்கும் பொதுவாகத் தேவைப்படுறது ஈர இதயம்.

‘ஒவ்வொரு அரசாங்க கோப்பிலும் ஒரு அபலையின் சோகக் காவியம் நிறைந்திருக்கிறது’ங்கிற நினைப்போடு அணுகுறப்போ அதுல போடுற கையொப்பம் கல்வெட்டா நெலைச்சு நிக்குது...!”

இடையில், உதவியாளர் கொண்டு வந்த ஃபைலை முழுவதும் படித்துவிட்டு, அப்போதே கையெழுத்திட்டு அனுப்புகிறார்.

“வாங்க... வெளியில் எங்கேயாவது போய் பேசுவோம்..!”

ஒரு நீண்ட பயணத்துக்குப் பின்... கொள்ளிடம் ஆற்றின் அணைக்கரையில் ஒரு கயிற்றுக் கட்டிலில் அமர்கிறோம். மரங்களோடு பசுமை சூழ்ந்த இடம்.

தூண்டிலில் மீன் பிடிக்கும் சிறுவர்கள் எங்களைப் பார்த்துச் சிரிக்கிறார்கள்.

ஆய்வு செய்யறதுக்குமான அந்தப் பயணத்துல... அவரோட இருந்த ஒவ்வொரு நாளும் நிறையத் தெரிஞ்சுகிட்டேன்.

கிராமத்துல வைக்கோல் போர்ல தூங்கினோம். கம்பஞ்சோறும், மக்காச்சோள ரொட்டியும், பருப்புக் கரைசலும் கொடுத்தாங்க. தினமும் ஏழெட்டு மைல்கள் நடப்போம். ஒவ்வொரு ஊருக்கும் உற்சாகமா வரும் மேதா பட்கரை சின்னக் கொழந்தைங்க கூட தீதி... தீதி...னு (அக்கா) அன்பா கூப்பிடுவாங்க.

சமையல் செஞ்சு அவரே பாத்திரங்களைக் கழுவி எங்களை வெட்கப்பட வெச்சார். அப்புறம் நாங்களும் சேர்ந்து வேலைகளை செஞ்சோம்.

ஒரு தடவை டிரான்சிஸ்டர்ல பாட்டு கேட்டுக் கிட்டிருந்தப்போ... ஓடி வந்து அதை ஆஃப் செஞ்சுட்டு, 'பழங்குடியினருக்கு இதெல்லாம் தெரியாது. இந்த மாதிரி மெட்டீரியலிஸ்ட்டிக் வாழ்க்கை முறையை நாம காண்பிக்கக் கூடாது. அது அவங்களோட இயற்கையான வாழ்க்கையை, மனநிலையை சிதைக்கிற மாதிரி ஆயிடும்'னு சொன்னார். அந்த மக்கள் மேல அந்த அளவுக்கு புரிதல் மிக்க அன்பு வெச்சிருந்தார்."

"அந்தப் பயணத்தில் மேதா பட்கரிடம் நீங்க கற்றுக் கொண்டது...?"

"எந்தப் பிரச்னைக்கும் இன்னொரு பக்கம் இருக்குங்கறதை உணர்ந்து... அவங்களையும் சந்திச்சு மாற்று வாழ்வாதாரத்தை ஏற்படுத்திக் கொடுக்கணும். அரசாங்கத்தோட உதவிகள் சிதறாமல் ஏழைகளுக்குக் கெடைக்கணும். அறிவை, அனுபவத்தால் தொடர்ந்து பராமரிக்கணுங்கறதை புரிஞ்சுக்கிட்டேன்"

ஒரு மல்லிகைக் கொடியைக் கையில் பிடித்துக் கொண்டே தொடர்ந்தார்.

"நான் பணியில இருந்தப்போ... வீடில்லாத மீனவர்களுக்கு அரசு நிதி கொடுத்து அவங்களையே வீடு கட்டிக்க வெச்சோம். சில வருஷத்துக்கப்புறம் அந்த கிராமத்துக்குப் போனேன். குடும்பங்களுக்கு சேமிப்பையும், இளைஞர்களுக்கு விளையாட்டு, கணிப்பொறி, இன்டர்நெட் தேவையையும், குழந்தைகளுக்குக் கல்வியின் அவசியத்தையும் சொல்லிட்டு வந்தேன். அவங்களும் அதையெல்லாம் செயல்படுத்த ஆரம்பிச்சுட்டாங்க.

"இது என்னோட பணிக்காலத்துல மறக்க முடியாதது. ஒரு அரசு அதிகாரிக்கும் அடித்தட்டு மக்களுக்குமான உறவு எப்படியிருக்கணும்னு எனக்கு உணர்த்தியவர் மேதா பட்கர்."

அதுபோலவே... காஞ்சிபுரத்தில் கொத்தடிமைகளாக தறியில் வேலை செய்த குழந்தைகளை மீட்டு, நிலவொளிப் பள்ளியின் மூலம் கல்வி தந்திருக்கிறார்.

பிறக்கும் குழந்தைகளில் சிலருக்கு இறையன்பு' என்று பெயர் சூட்டி இன்றும் தங்கள் நன்றியைச் சொல்கிறார்கள் காஞ்சியின் அந்த மக்கள்.

"எனக்குள்ள விரிஞ்சிருந்த எண்ணங்களை இலக்கியமா எழுதணும்னு காத்திருந்த நேரம். அந்த நர்மதை வெளிப்பயண அனுபவம் என்னை ஒரு எழுத்தாளனாக்குச்சு.

என்னோட முதல் நாவல் 'ஆத்தங்கரையோரம்'. அந்தக் கதையோட பிரதான நாயகி மேதா பட்கர். சீக்கிரமே நாவலோட ஆங்கில மொழிபெயர்ப்பை அவருக்குக் கொடுப்பேன்... புத்தகத்தோட ராயல்டி பணத்தை நிலவொளி பள்ளிக்கு தரப்போறேன் !"

நெகிழ்வுடன் இருந்த இறையன்புவை... காற்றில் அசையும் தென்னை ஓலைகளைக் கடந்து சூரியனின் கதிர்கள் தொட்டன.

''ஐ.ஏ.எஸ் பாஸ் பண்ணினா.. உலகத்தின் உச்சத்துல, அதன் கூரையில உட்கார்ந்திருக்கும் மனோபாவம் ஏற்படும். எங்களோட அந்தப் பயணத்துல அதை உடைச்சு தூள் தூளாக்கி, எங்கள சாதாரண மனுஷனாவே வெளியுலகத்துக்கு அனுப்பி வெச்சார் மேதா பட்கர்."

அழகிய நதியாய் கரைபுரண்டோடுகிறது இறையன்புவின் பயணம்.

மணல் வெளியாக விரிந்திருந்த கொள்ளிடத்தில் கொஞ்சமாக இருந்த தண்ணீர், ஓரமாக ஒடுங்கி நகர்ந்து கொண்டிருந்தது!

இயக்குநர் மணிவண்ணன்

என் சிந்தனைக்கு சிறகு தந்தவள்

"கோயம்புத்தூர் மாவட்டத்தின் சூலூர் கிராமம். ஊருக்கு மத்தியில் மண் ரோட்டுப் பாதையிலிருக்கும் பள்ளிக்கூடம். அனைத்து வகுப்பறைகளிலும் மாணவர்களின் உற்சாகக் குரல்கள். வரலாற்று ஆசிரியரின் வகுப்பு மட்டும், படு அமைதியாக!

வயதான, ஒரு காதல் தம்பதி பற்றிய வாழ்க்கைக் கதை அது. நோய்வாய்ப்பட்ட அவர்களிருவரும் அடுத்தடுத்த அறைகளில்! நோயின் தீவிரத்தால், மருத்துவரின் அறிவுரைப்படி பல நாட்களாக இருவரும் சந்திக்கவேயில்லை. பார்க்க வேண்டும்' என்ற தவிப்புடன் தனித்தனியாக கிடக்கிறார்கள்.

'என் அன்புக்குரிய ஒரே ஒருவனே! என் பொருட்டு நீ நலமாக இருப்பாயாக. இந்த விநோதமான சின்னஞ்சிறு அன்புக்குரியவள் எங்கோ வாழ்ந்து கொண்டிருக்கிறாள். ஆனால், என் தேவதூதனே! என்னைக் குறித்து நீ கவலைப்படுவதில்லை.

உன்னுடைய காதலுக்காக அனைத்தையும் தியாகம் செய்வேன். புத்துணர்ச்சியையும், இளமையையும் நான் பாதுகாக்க முடியாது.... அன்புக்கும் பிரியத்துக்கும் உரியவனே! எனக்கு விரைவாகக் கடிதம் எழுது...'

திருமணத்துக்கு முன், படிப்புக்காக பிரிந்திருந்தபோது, தன்னைவிட நான்கு வயது மூத்த தன் காதலி எழுதிய வரிகள் அவருக்கு நினைவில் ஓடின. அவளைப் பார்க்க மனசு துடித்தது. உடம்பில் மிச்சமிருந்த பலத்தைத் திரட்டி எழுகிறார்.

தட்டுத்தடுமாறி பக்கத்து அறைக்குள் நுழைந்து.... கண்மூடிப் படுத்திருந்த காதல் மனைவியின் விரல்களை உள்ளங்கை அழுந்தப்பிடிக்கிறார். அன்பு ஸ்பரிசத்தில் விழிதிறந்து, நீர் வழிய மகிழ்கிறார் மனைவி.

உலகத்தின் உன்னதமான ஒருவருக்கு பக்கபலமாக இருந்து, வரலாற்றில் பதிந்திருக்கும் அப்பெண்ணைப் பற்றி வகுப்பாசிரியர் சொல்லிக்கொண்டே வரும்போது மாணவர்கள் மத்தியில் பேரமைதி.

"நானும் குழந்தைகளும் செத்துட்டா கூட நல்லதுதான்...!"

வறுமையின் பிடியிலும், கணவர் தனது நூலை எழுதிக் கொண்டிருந்தபோது... குடும்பம் அவருக்கு சுமையாக இருக்கிறது என்று எண்ணி, அவரிடம் அவள் சொன்ன வார்த்தைகள், வகுப்பில் இருந்த ஒரு மாணவனை ரொம்பவே உலுக்கியது. கணவரின், உலகம் போற்றும் செயல்பாடுகளுக்கு பக்கத் துணையாக இருந்த அப்பெண்ணின் தியாக வாழ்க்கை.... அவனை ஈர்த்தது.

ஜெர்மனியின் பிரபுக் குடும்பத்தின் வாரிசு. மதிப்புமிக்க குடும்பத்தில் ஒரு பேரழகியாக பிறந்து... தன்னை விட நான்கு வயது இளையவரிடம் காதல் வயப்பட்டு.... அவரையே திருமணம் செய்து, வறுமையிலும் செம்மையாக வாழ்ந்த பெண்.

'மூலதனம் (கேப்பிடல்)' என்ற படைப்பை... கம்யூனிஸம் என்ற சிந்தனையை... இந்த உலகத்தில் விதைத்த மாமேதை கார்ல் மார்க்ஸின் காதல் மனைவியான அந்த வரலாற்று நாயகி.... ஜென்னி!

பதின்பருவத்திலேயே, ஜென்னியின் தியாக வாழ்க்கையால் ஈர்க்கப்பட்ட அந்த மாணவர்.... திரைப்பட இயக்குநர் மணிவண்ணன்.

கி.மணிவண்ணன்

அது ஒரு பௌர்ணமி இரவின் விடியல் நேரம்... கடற்கரையோரம்... லேசான குளிர், காற்றில் கலந்திருந்தது....

"அப்போ, பத்தாவது படிச்சிட்டிருந்தேனுங்க. எங்க வாத்தியார் காளிமுத்துங்கறவர் மூலமாதான் ஜென்னி மார்க்ஸைப் பத்தித் தெரிஞ்சிக்கிட்டேன். சின்னச் சின்ன நூல்கள்லயும் நெறைய படிச்சுருக்கேன்."

"வரலாற்றுல எத்தனையோ பெண்கள், கணவரோட தியாக வாழ்க்கை வாழ்ந்திருக்காங்க. ஜென்னியோட முக்கியத்துவம் ?"

"உலகத்துல இருக்குற ஒடுக்கப்பட்ட பாட்டாளி மக்களுக்கும், பெண்களுக்கும் ஒரு விடுதலை அமைப்பை உருவாக்கி, அதுக்காகவே ஒரு அரசியல் பொருளாதார தத்துவ ஞானத்தை உருவாக்கினார் கார்ல் மார்க்ஸ். ஒரு அறிவார்ந்த குடும்பத்துலேர்ந்து வந்து... அவரோட மனைவியா மட்டுமில்லாம மார்க்ஸோட படைப்புலேயும் பங்கு பெற்றாங்க.... ஜென்னி."

கடலலைகள் புரண்டு புரண்டு விழுந்து கொண்டிருந்தன.

"மார்க்ஸ், 'மூலதனம்' எழுதும்போது... வறுமையான வாழ்க்கையில், பசியால் துவளும் குழந்தைகளுக்கு மத்தியில் அவருடைய கையெழுத்தைப் புரிஞ்சுக்கிட்டு, பல ஆயிரம் பக்கங்களை காப்பியெடுத்த ஜென்னியை வரலாறு மறக்காது!"

தனது நடைபயிற்சியை நிறுத்திய மணிவண்ணன்... "மார்க்ஸின் தீவிர செயல்பாடுகளால் பலமுறை பல நாடுகள் கட்டாயமாக வெளியேத்தும்போது அவரை மொதல்ல வேறு நாட்டுக்கு அனுப்பி வெச்சுட்டு... வீட்டுல இருக்குற தட்டு முட்டு சாமான்கள், டேபிள் சேரையெல்லாம் வித்துட்டு... குழந்தைகளோட கடும் பனியில சாப்பாடு இல்லாம நடந்து இன்னொரு நாட்டுக்குப் போய் வாழ்ந்திருக்காங்க ஜென்னி.

குடும்ப சொத்துலேர்ந்து பங்கு கெடைச்சபோதும்... தான் கொஞ்சமா எடுத்துக்கிட்டு, மிச்சத்தை பிரெஞ்சு நாட்டு அகதிகளுக்குக் கொடுத்துட்டாங்க. இதுக்கு மேல என்னனு சொல்றது!"

"உங்களோட படைப்புகள்ல ஜென்னியோட பாதிப்பு?!"

என் தோள் மேல் சிநேகமாக கை போட்டவரிடம் கேட்டேன்.

''நம்ம படைப்புகள்ல நேர்மையா இருக்கணுங்குறதுக்கு அவங்கதான் இன்ஸ்பிரேஷன். நாம எடுத்துக்கிட்ட கருத்துக்கு

நாம நேர்மையா இருக்கணும். அதுக்காக போராடணும். இதை நான் அவங்ககிட்டேர்ந்து கூர்மையாக் கத்துக்கிட்டேன்.

வெளிநாடுகள்ல உறவுகள், உணர்ச்சிகளை ‘டேக் இட் ஈஸி’ங்கிற மாதிரி நெனைக்கறாங்க. அப்படியிருந்தும்... ஜென்னியும் மார்க்ஸூம் தங்களோட குழந்தை இறந்தப்போ கதறி அழுவுறாங்க. அதெல்லாம் ஒரு மனிதனோட உள்ளார்ந்த அன்புக்கும்.... அவனோட அறிவு நம்பிக்கைக்கும் தொடர்பில்லைங்கறதோட வெளிப்பாடுதானே...? பாசாங்கற்ற அன்புதானே...

அதையெல்லாம் படங்கள்ல காட்டணும்னு தோணுச்சி. காட்டியிருக்கேன் பல படங்கள்ல.”

ஜென்னி மார்க்ஸின் வாழ்க்கை முழுவதுமே இயக்குநர் மணிவண்ணனைப் பாதித்திருக்கிறது.

வசதியான பெரிய குடும்பத்தில் பிறந்து, மாபெரும் சிந்தனையாளனைக் காதலித்து மணந்து ... ஐந்து குழந்தைகளைப் பெற்றெடுத்து... வறுமையாலும், குளிர்காலப் பயணத்தாலும் குழந்தைகளை இழந்திருக்கிறார்.

ஒரு மகள் பிறந்தபோது தாலாட்டத் தொட்டில் இல்லை. அதே சின்னஞ்சிறு குழந்தை இறந்தபோது சவப்பெட்டி வாங்க காசில்லை. அந்த ஆன்மா அமைதி பெறும் இடத்தைப் பெறுவதற்கு வெகு நேரம் மறுக்கப்பட்டிருக்கிறது.

அன்பே.! நான் உனது இனிய முகத்தில் முத்தமிடும்போது... எனது வேதனைகளையும் முத்தமிட்டுத் துடைத்து விடுகிறேன்.... அன்பே, நான் தன்னந்தனியாக இருக்கிறேன். நான் உன்னை அன்போடு தொடுகிறேன். தலை முதல், கால் வரை மண்டியிட்டுப் பணிகிறேன்...

நீ என்னை விட்டுத் தனியாகப் பிரிந்து சென்ற அக்கணமே, என்னுடைய அன்பு, தனது உண்மையான சொரூபத்தை, விஸ்வரூபத்தை எடுத்துவிட்டது... உனது மென்மையான, தூய இதயத்தை எனது இதயத்துடன் நெருக்கமாக அணைத்துக் கொள்ள முடியுமானால், நான் ஒரு வார்த்தை கூடப் பேசாமல் மௌனமாகி விடுவேன்...’

மார்க்ஸ், ஜென்னிக்கு எழுதிய கடிதத்தை மணிவண்ணன் சொன்னபோது... ஓர் அலை எங்கள் கால் நனைத்துப் போனது.

“இன்றைய சமூகச் சூழலில்... ஜென்னி போன்ற பெண்கள் இருப்பது சாத்தியமா...?”

“இருக்காங்க... நெறைய பெண்மணிகள் இருக்காங்க. மரத்தை வெட்டுனா... ‘என்னை வெட்டிட்டு மரத்தை வெட்டு’னு சொல்ற பெண்கள், ‘இந்த மரம் எங்க குடும்பம். எங்க முப்பாட்டன் இதை நட்டான். தாத்தா வளர்த்தான். எங்க அப்பா பாதுகாத்தான்னு சொல்லி மரத்தைக் கட்டி பிடிச்சு போராடுற பெண்கள் இருக்காங்க. அஸ்ஸாமுல, பர்மாவுல இப்படி போர்க்குணம் கொண்ட பெண்கள் நெறைய இருக்காங்க. இது அதிகமாகுமே தவிர குறையாது”

கடலுக்கு மேலே பறக்கும் வெண் பறவைக் கூட்டங்களைப் பார்த்தார்.

“ரொம்ப வருஷத்துக்கு முன்ன லண்டன் போனப்ப... ஜென்னி மார்க்ஸோட கல்லறையைப் பாக்கணும்னு சொல்லி நெறைய பேர்கிட்ட கேட்டேன். ஆனா, அவங்கள யாருனே தெரியாம இருக்கானுங்க. ஒரு வழியாத் தேடிக் கண்டுபிடிச்சோம்.

அது ஒரு பெரும்பனிக்காலம். அந்த கல்லறைக்கு முன்ன நின்னோம். மனசை உலுக்குன இடத்தை மலர்களால் வணங்கினோம்.

‘ஜென்னி வான் வெஸ்ட்பாலன் கார்ல் மார்க்ஸின் அருமை மனைவி’

அந்த கல்லறை வாசகம் இப்பவும் எனக்கு ஞாபகம் இருக்கு.”

‘மற்றவர்கள் மகிழ்ந்து வாழ்வதே தனது மகத்தான இன்பம் என்று கருதிய ஒரு பெண்மணி இருந்திருப்பாரேயானால் அந்தப் பெண்மணி இவரே! - மார்க்ஸ் ஜென்னி தம்பதியின் உயிர் நண்பர் ஏங்கல்ஸின் புகழஞ்சலிப் பேச்சு இன்னும் அவருக்குப் பெருமை சேர்க்கிறது.

அடித்தட்டு மக்களின் மேன்மைக்கான கோட்பாடுகளை மார்க்ஸ் தீட்டித் தந்ததுதான் ‘மூலதனம்‘ நூல். அதன் ஒவ்வொரு எழுத்திலும் மார்க்ஸோடு சேர்ந்து வாழ்ந்து கொண்டிருக்கிறார் ஜென்னி.

“என்னோட ரொம்ப நாள் கனவு நனவான சந்தோசத்துல கொஞ்ச தூரம் நடந்துட்டு கல்லறையைத் திரும்பிப் பாத்தேன்.

சுற்றிலும் வெள்ளைப் பனிக்கட்டிகளுக்கு மத்தியில ஜென்னியும் மார்க்ஸும் உறங்கும் இடம் மலர்கள் சூழ ரொம்ப அழகாயிருந்துச்சு.... அந்தக் காட்சி இப்பவும் மனசுலயே நிக்குது...”

கட்டுமரத்தைக் கரையில் இழுத்துப் போட்ட மீனவர்கள், இயக்குநர் மணிவண்ணனைப் பார்த்ததும் சூழ்ந்து கொண்டார்கள்.

அந்த வியர்வை மனிதர்களின் கரங்கள் பற்றி அவர் பேசும்போது பொழுது முழுமையாக விடிந்திருந்தது.

★

எழுத்தாளர் பாஸ்கர் சக்தி

எனக்குள் அன்பை எழுதியவள்

"என்ன..! பேசலாம்னு சொல்லி கூட்டிட்டு வந்துட்டு, வேடிக்கை பாத்துட்டே வாறீங்க.?"

பறவைக் கூட்டங்களைப் பார்த்த என்னிடம், தன் டிரேட் மார்க் சிரிப்புடன் கேட்டார் பாஸ்கர் சக்தி. எழுத்தாளர், கதாசிரியர், வசனகர்த்தா... அதையெல்லாம்விட நல்ல மனிதர். எளியவர்களை, தனது கதாபாத்திரங்களாக பிரசவிப்பவர்.

மரங்கள் அடர்ந்த சாலையில் நாங்கள் நடந்தபோது மழை தூறத் தொடங்கியிருந்தது. வெண்படலமாய் திரண்ட மேகங்கள் பசுமையை முத்தமிட்டுக்கொண்டே நகர்கின்றன.

அவருடைய 'அழகர்சாமியின் குதிரை' திரைப்படத்தைப் பற்றிக் கொஞ்ச நேரம் பேசிவிட்டு "சார்.. வாழ்க்கையில் உணர்வுப்பூர்வமா உங்களை பாதிச்ச பெண் யாரு?" என்று கேட்டேன்.

"பிரதிபலன் எதிர்பார்க்காம அன்பை மட்டுமே அள்ளி அள்ளிக் கொடுத்த ஒரு பெண். வாழ்க்கையில் தன் தேவைகளை மட்டுமே பார்க்காம, தன்னைச் சுத்தியிருந்தவங்களுக்காக மட்டுமே வாழ்ந்தவர்.

தனக்குக் குழந்தையில்லைனாலும்..... எல்லாருடைய பிள்ளைகளையும் ரொம்ப நேசிச்சவர். 15 வயசுல கல்யாணம் முடிச்சு, 17 வயசுல விதவையான அந்தப் பெண்ணோட பெயர்... பாப்பம்மாள். எனக்கு ஒன்னுவிட்ட பெரியம்மா."

பாஸ்கர் சக்தி பேச ஆரம்பித்தபோது தூறல் நின்றிருந்தது.

"சின்ன வயசுல ஒவ்வொரு கோடை விடுமுறைக்கும் எங்கம்மா பொறந்த அழகர்நாயக்கன் பட்டிக்கு போவோம். அங்க பாப்பம்மா இருப்பாங்க. நாற்பது வயசு இருக்கும். ரொம்ப அழகானவங்க. சொந்தக்கார பிள்ளைங்க பத்து பதினைஞ்சு பேருக்காக பலகாரம் செஞ்சு அடுக்குப் பானைல வெச்சுருந்து ஒரு மாசம் வரைக்கும் கொடுப்பாங்க. எல்லார்கிட்டேயும் ஒரே மாதிரி பிரியம். எல்லாருமே தன்னோட பிள்ளைங்கதாங்கற அன்பாலதான் என்னை அவங்க இன்ஃபுளுயன்ஸ் பண்ணாங்க.... எங்ககிட்ட அவங்க பேசுனது, கிராமத்து மக்கள் கிட்ட அவங்க பேசிய ஊர்க்கதைகள் எல்லாம் இப்பவும் எனக்கு ஞாபகமிருக்கு. அவங்க கொடுத்த சின்ன பொறியிலேர்ந்து பல கதைகளை நான் எழுதி இருக்கேன். எனக்கான எழுத்து மொழியை என் கதைகளுக்குள்ளே விதைச்சது பாப்பம்மா.."

காற்று வீசியெறிந்த செம்பூக்களின் விதைகளை பார்த்துக் கொண்டே நடந்தோம்.

"பேரழகியா இருந்த அவங்களுக்கு, சின்ன வயசுலேயே கல்யாணம் ஆயிடுச்சு. அவங்களோட தாய்மாமன் தூக்கிட்டுப்போய் ரெண்டாம் தாரமா கல்யாணம் பண்ணியிருக்காரு. பெரிய பணக்காரர். ஆனா, சிவியரான டிபி (காசநோய்) பேஷன்ட். பாதி சொத்தை பாப்பம்மாவுக்கு எழுதி வெச்சுட்டு கொஞ்ச நாள்லேயே இறந்துட்டாரு. இவங்க எல்லாத்தையும் தன்னோட அக்கா மகனுக்கு எழுதிக் கொடுத்துட்டு எங்க அம்மா வீட்டுக்கு வந்துட்டாங்க."

"கெடைச்சத வெச்சுக்கிட்டு சந்தோஷமான வாழ்க்கை வாழற மனப்பான்மை அவங்ககிட்ட இருந்துச்சு. சின்ன வயசுலயே பெரிய இல்லற சுகமெல்லாம் இல்லாம விதவையான ஒரு பெண். அடுத்தவங்ககிட்ட பிரியமா இருந்தே தன்னோட வாழ்க்கையை கடத்திட்டாங்க... அவங்களோட நல்ல குணம் என்னை ரொம்ப ஈர்த்துச்சு.."

"உங்களோட கதைகள்ல எந்த அளவுக்கு அவங்க இருக்காங்க..?"

“நான் எழுத்தாளனானதுக்கு நெறைய தூண்டு கோல்கள் இருக்கு. அதுல பாப்பம்மா முதன்மையானவங்க; முக்கியமானவங்க. இது ஆரம்பத்துல எனக்கே தெரியல. ஒருமுறை அவங்க வீட்டுக்குப் போயிருந்தேன். ஒரே வெள்ளையா நுரையீரல் அரிச்சுப்போன ஒரு ‘எக்ஸ்ரே’ படத்தை அவங்க பெட்டியில் பாத்தேன். ‘என்னம்மா இது..?’னு கேட்டப்போ. இதுவாடா... என் வீட்டுக்காரரோட படம்டா... அவர் சாகறதுக்கு முன்ன எடுத்தது. இத மட்டும்தான் அவரோட ஞாபகமா வெச்சிருக்கேன்!’னு ரொம்பப் பெருமையாச் சொன்னாங்க. “என்னோட ‘தீர்த்த யாத்திரை’ங்கற கதையில இது இருக்கும். அது ‘ஆனந்த விகடன்’ல வந்த என்னோட ரெண்டாவது கதை.”

அவரே தொடர்ந்தார்...

“அவங்கள சுத்தி எப்போதும் ஒரு கூட்டம் இருக்கும். யாராவது வந்து பேசிட்டுப் போனா.. அவங்கள மாதிரியே உடல்மொழியோட இமிட்டேட் பண்ணுவாங்க. கிண்டல் செய்யறதைக்கூட, ரசிக்கற மாதிரி இயல்பா செய்வாங்க. அதை நானும் பாத்துருக்கேன். இது எங்கிட்டேயும், என்னோட படைப்புகள்லேயும் நெறைய இருக்கும்.

அவள் விகடன்ல.. ‘நினைவில் ஒளிரும் நிலவுகள்’னு பெண்களைப்பற்றி பத்து கதைகள் எழுதினேன். அதுல சில கதைகளுக்கான இன்ஸ்பிரேஷன் பாப்பம்மாதான்... ‘மெட்டி ஒலி, கோலங்கள்’னு சீரியல்கள்ல.... ‘அழகர் சாமியின் குதிரை’ போன்ற திரைப்படங்கள்ல என்னோட எழுத்துக்களில் இயல்பான கிராமிய மொழி இருக்குதுல் அதில் பாப்பம்மாவோட மொழித் தாக்கம்தான் அதிகம்.”

சிரித்துக்கொண்டே சொன்ன பாஸ்கர் சக்தியின் கண்கள், அன்பின் ஏக்கத்தைச் சொல்லின.

“அவங்க சொந்தக்காரரோட குழந்தையில ஒருத்தரு ஸ்பாஸ்டிக் குழந்தை. உடம்பு வளரும். அதுக்கேத்த மூளை வளராது. கை, கால் குச்சியா... தலை மட்டும் பெரிசா இருக்கும். தரையில் தவழ்ந்து போறப்ப நடுக்கூடத்துலேயே யூரின், டாய்லட் போயிடுவாரு. பாப்பம்மாதான் சுத்தம் செய்வாங்க. அவரை இடுப்புல தூக்கிட்டு அலைவாங்க. அப்படிப்பட்ட ஒருத்தரை 25 வருசமா கேர் பண்ணி அன்பு செலுத்துனாங்க.

அந்தக் காலத்துல அவங்க செஞ்சதை நெனைச்சா... இப்பவும் பிரமிப்பாயிருக்கு. என்னைப் பார்த்து, 'எப்படி எல்லார்கிட்டயும் ரொம்பப் பிரியமா இருக்கிங்க...'னு யாராவது, எப்பவாவது கேட்க நேர்ந்தா...

அந்தக் கேள்வி என்னை நோக்கியது அல்ல... பாப்பம்மாவை நோக்கியது அவங்ககிட்டதான் சுயநலமில்லாத அன்பை உணர்ந்தேன்!"

எனக்கு அந்த பாப்பம்மாவை அப்போதே பார்க்க வேண்டும் போல இருந்தது. பாஸ்கர் சக்தியைப் பார்த்தேன்.... அவர் மரக்கிளையில் தாவிக்கொண்டிருந்த அணிலைப் பார்த்துக் கொண்டிருந்தார்.

"சுனாமி வந்த டிசம்பர் மாசக் கடைசி, அப்போ எனக்கு மூக்குல சைனஸ் ஆபரேஷன் பண்ணி, உள்ளே நெறைய பஞ்சு வெச்சு அடைச்சிருந்தாங்க. வாய் வழியாதான் மூச்சு விடணும். மறுநாள் காலைல பஞ்சை வெளியே எடுத்தே ஆகணும். அன்னிக்கு ஜனவரி 4. நடுராத்திரி ஊர்லேர்ந்து பாப்பம்மா இறந்துட்டாங்கனு தகவல். காலையில் போய் பஞ்சை எடுக்காம ராத்திரியே ஊருக்கு கௌம்பிட்டேன். ஏற்கெனவே வீசிங் பிரச்னை. வாய் வழியா ரொம்ப நாள் சுவாசிச்சா கெடுதல்... அதெல்லாம் மனசுல படவேயில்லை. பாப்பம்மாவுக்கு தீ மூட்டிட்டு... வெறுமையோட நாலாவது நாள் சென்னைக்கு வந்தேன்.

பஞ்சை எடுக்க டாக்டர்கிட்ட போனா... 'என்ன லேட்டா வர்றீங்க?'னு திட்டினார். உள்ளே பஞ்சு ஒட்டிக்கிட்டு பயங்கர வலி. ரொம்ப சிரமப்பட்டு எடுத்தாங்க. பாப்பம்மா செத்துபோன வலியைவிட அது பெரிசா தெரியல..!"

பாஸ்கர் சக்தியின் கண்களில் நீர் திரண்டிருந்தது.

"கடைசி காலத்துல அவங்க காட்டுன அன்புல ஒரு சதவிகிதம்கூட அவங்களுக்குத் திரும்ப கெடைக்கல. பாப்பம்மா மூணு விஷயத்த அடிக்கடி சொல்லும்...

'வாழ்க்கைல கண்ணாடி போடக் கூடாது.. கம்பு ஊனக்கூடாது. அடுத்தவங்களுக்கு கஷ்டம் தராம செத்துடணும்.'

சொன்னபடியே அது நடந்துச்சு. உடம்பு ஆரோக்கியமாத்தான் இருந்துச்சு. கொஞ்ச நாள் சரியா சாப்பிடாம சாகணும்னு முடிவு செஞ்ச மாதிரி திடீர்னு ஒரு நாள் இறந்துடுச்சு!"

கொஞ்சமாக குளிர், காற்றில் நிறைந்திருந்தாலும் லேசாக வியர்த்தது.

"ஒவ்வொருத்தரும், தான் சார்ந்த தேவைகளை நிறைவேத்திக் கிறதுதான் வாழ்க்கைனு நெனைக்கிறாங்க. விதிவிலக்கா சில பேரு. தன்னை மட்டும் பார்க்காம சுத்தியிருக்கறவங்களோட தேவைகளையும் பாக்குறாங்க.... அவங்கதான் நெறைய பேரை இன்ஃப்புளுயன்ஸ் பண்ணுவாங்க.. சுயநலவாதிகள் நம்மை பாதிக்கவே முடியாது.

அவங்களுக்கு குழந்தைகள் இல்லை... வாரிசு இல்லை... ஆனா, என் எழுத்துக்கள்ல வாழ்றாங்க. ஒரு எழுத்தாளனுக்கு மொழி ரொம்ப முக்கியம். என்னோட படைப்பின் மொழியில அவங்க பேச்சு இருக்கு. என்னோட படைப்பின் தன்மையில மத்தவங்க மேலான அவங்களோட அக்கறை இருக்கு. இப்பவும் அவங்கள நெனைச்சாலே உணர்ச்சிவசப்படுறேன். என் சிந்தனையில எப்பவும் பாப்பம்மா இருக்காங்க..!"

வாரிசுகள் இல்லாத விதவை அத்தைகள்... சோறூட்டிய ஒன்று விட்ட பெரியம்மா.. ஓட்டு வீட்டு ஆத்தா... திருமணம் ஆகாத எதிர்வீட்டு அக்காக்கள்.... இவர்கள், நம்மில் பலருக்கு இருந்திருக்கலாம். ஆதரவில்லாத நிலையிலும் எதையும் எதிர்பார்க்காமல் நம்மிடம் அன்பாயிருந்திருப்பார்கள். ஆனால், அவர்களுக்கு காய்ச்சல் என்றால் யாரிடம் சொல்லி இருப்பார்கள்...? கசந்த வாய்க்கு இதமாக யாரிடம் கஞ்சி வைத்துக் கேட்டிருப்பார்கள்...? கேள்விகள் மட்டும்தான் என்னிடம் இருக்கின்றன.!

பாஸ்கர் சக்தியோடு கைகோத்து நடந்தேன். எங்களுக்கு முன்... ஓர் ஒற்றையடிப்பாதை நீண்டுகொண்டே இருந்தது.

திரைக்கலைஞர் கிரேஸி மோகன்

எல்லோரையும் நேசி
எல்லாவற்றையும் வாசி

அந்த நாடக அரங்கம் பார்வையாளர் களால் நிரம்பியிருந்தது... தொடக்கம் முதல் இறுதிவரை இடைவிடாத சிரிப்பொலிகளும் கைத்தட்டல்களுமாய்.

"இந்த மேடைக்கு.... முக்கியமான ஒருத்தரை கூப்பிடப்போறேன்...! எத்தனையோ பிரபலங்களின் வருகை, பாராட்டுகள், விருதுகள் கெடைச்சாலும்... இன்னிக்கு இவங்க முன்ன நாடகம் போட்டு, ஆசீர்வாதம் வாங்கறதுதான் என் வாழ்க்கையில் மறக்க முடியாதது..."

மொத்தக் கூட்டமும் எழுந்து கரவொலி எழுப்ப... வசீகரமாய் ஒரு பெண்மணி மேடையேறுகிறார். 80 வயதுடைய அன்பு நிறைந்த முகம்.

"என் வெற்றிக்குக் காரணம் இவங்க தான். 6 வயசுல இவங்க வெச்ச கிரீடம் தான்... இன்னிக்கு நான் சுமக்கறது!" கால் தொட்டு வணங்கியவரை, உணர்ச்சிப் பெருக்குடன் அணைத்து உச்சிமுகர்கிறார் அந்தப் பெண்மணி.....

"உன்னப் பாக்கறதுக்கு ரொம்ப சந்தோஷமாவும், பெருமையாவும் இருக்குடா!"

அந்தப் பெண்மணி... ஜானகி டீச்சர். நாடக நாயகன்.... 6 வயதில் தொடங்கி, 60 வயது கடந்து, 6,000 மேடைகள் கண்டவர்.... நகைச்சுவை எழுத்திலும், நடிப்பிலும் ஜொலிக்கும் 'கிரேஸி' மோகன்!

"எப்படி எனக்கு இப்படி ஒரு வளர்ச்சி? சாதாரண மிடில் கிளாஸ். ஏதோ பத்திரிகைகள்ல எழுதிண்டிருந்தேன். டிராமா போட்டேன். என்னை ஏன் கமலஹாசன், ரஜினிகாந்த்னு ஜாம்பவான்கள் எல்லாம் கூப்பிடணும்? எனக்கு ஏன் இவ்ளோ புகழ்? இதுக்கெல்லாம் காரணம் இருக்கு.

பறவை போடுற விதைகள்ல, ஏதாவது ஒண்ணுதான் அடையாறு ஆலமரமா ஆகுது. அதுக்குக் காரணம் விதையைப் போடுற பறவை. எனக்கான விதையைப் போட்ட பறவை, இந்த ஜானகி டீச்சர்!"

வெற்றிலை சீவல் சிவக்க.... படபடவென உரத்தக் குரலில் பேசிவிட்டு, மணக்கும் பன்னீர்ப் புகையிலையைப் போட்டுக் கொள்கிறார் 'கிரேஸி' மோகன்.

"மந்தைவெளியில் கற்பகவல்லி கலா நிலையம் ஸ்கூல்ல படிக்கறச்சே என் கிளாஸ் டீச்சர் ஜானகியம்மா. வீரபாண்டிய கட்டபொம்மன் டிராமா வசனங்கள் பேசிக் காமிச்சி, எழுதிக் குடுத்து மனப்பாடம் செய்ய வெச்சாங்க. எனக்காக கிரீடம், கத்தி எல்லாம் அவங்களே பண்ணி மேடையில் நடிக்க வெச்சாங்க. இன்டர் ஸ்கூல் காம்படிஷனுக்கும் அழைச்சுட்டுப் போவாங்க. அந்த ஆடியன்ஸ் கைதட்டுவாங்க பாருங்க... அடடா..! அது ஒரு உற்சாக டானிக்!"

கிரேஸியின் பேச்சில் உற்சாகம் கரை புரள்கிறது!

"நாடகத்துல 'க்ளோஸ் அப்' கிடையாது. டயலாக்தான் முக்கியம். கண்ணுக்கு விருந்து வேணும்னா சினிமாவா இருக்கலாம். ஆனா.... செவிக்கு உணவு டிராமா. எனக்கு முதன் முதல்ல அந்த உணவைப் போட்ட அன்னபூரணி, ஜானகி டீச்சர்.

சினிமாவுல ஆர்ட்டிஸ்ட்டுகளுக்கு டயலாக் சொல்லிக் கொடுக்கறப்ப கூட அவங்க மனசுல ஏத்திக்கிற மாதிரி சொல்லிக் குடுப்பேன். இது எனக்கு ஜானகி டீச்சர் சொல்லிக் கொடுத்தது!"

தனது 'ஐபேட்' திரையில் இருந்த டீச்சரின் கலர் போட்டோவைப் பார்த்துக்கொண்டே பேசினார்.

"அவங்க டீச்சர் மட்டுமில்ல.... ரொம்ப ரீச்சர். பக்கத்துல ரீச் பண்ற அளவுக்கு ரீச்சர். பக்கத்து வீட்டுலதான் இருந்தாங்க. 'நெறைய பொழுது போக்கு அம்சங்களை டெவலப் பண்ணிக்கோ. ஒரு பொழுதுபோக்கு, ஒருநாள் உன்னுடைய தொழிலா மாற வாய்ப்பிருக்குனு சொன்னாங்க. 'பாடம் மட்டும் படிக்காதே. கதை புத்தகங்களும் படி'னு நெறைய இலக்கியம் படிக்கறதுக்கு ஆசையை உண்டாக்கினாங்க.

எட்டாங்கிளாஸ், ஒன்பதாங்கிளாஸ் படிக்கறச்சேயே ஜெயகாந்தன், லா.ச.ரா, புதுமைப்பித்தன், கல்கி எல்லாம் படிச்சேன். அவங்க வீட்டுல ஆனந்த விகடன் மாதிரி வார பத்திரிகைகளை வாங்கி பைண்ட் பண்ணி வெச்சுருப்பாங்க. அதையெல்லாம் படிச்சிருக்கேன்! 'எல்லோரையும் நேசி.... எல்லாவற்றையும் வாசி'னு சொல்லிக் கொடுத்தவங்க டீச்சர். என்னோட கிரியேட்டிவிட்டிக்கு அது ரொம்ப சப்போர்ட்டிவா இருந்துச்சு!"

ஜானகி டீச்சர் கொடுத்த பழைய புத்தகங்களைப் பொக்கிஷமாக புரட்டுகிறார்.

மழைக் குளிருக்கு இதமான காபி வரவழைத்துக் கொடுத்தார்.

"கதாகாலட்சேபத்துக்கெல்லாம் அழைச்சுட்டுப் போவாங்க. பஞ்ச் டயலாக்கெல்லாம் எனக்கு அங்கேர்ந்து தான் உருவாச்சு! எனக்குத் தெரிஞ்சு அந்த டீச்சர் என்னை மட்டுமில்ல.... யாரையுமே அடிச்சது கெடையாது. அவங்க கிட்ட ஒரு ஸ்கேல் இருந்துச்சு. அது அடிக்கற ஸ்கேல் இல்ல... எங்களோட திறமைகளை அளக்குற ஸ்கேல். என்னை மாதிரி எத்தனையோ பேரை அவங்க உருவாக்கியிருக்கலாம்."

"உங்க கதைகள்ல வர்ற ஹீரோயின்கள் எல்லாருக்குமே ஜானகினு பேர் வெக்கிறீங்களே?"

"ஜானகி உங்க காதலியானு கேக்கறாங்க. என்னோட சென்டிமென்ட்... ஜானகி டீச்சர். நாடகக் காதலை எனக்கு உண்டாக்கினவங்க. 'அபூர்வ சகோதரர்கள்' தொடங்கி, 'நான் ஈ' வரைக்கும்.... நகைச்சுவையை திணிக்காம.... திரைக்கதையோடு இணைஞ்சு எழுதற ஒரு வசனகர்த்தாவா இருக்கறதுக்கு டீச்சரோட பங்கு நிறைய.

'வித்யா வினய ஸம்பன்னே..'னு சொல்வாங்க. அதாவது... 'அறிவும் பணிவும் ஆகச்சிறந்தது.' உனக்கு ஒரு காரியம் வந்துருக்கு. அதுல உன்னோட பங்களிப்பு என்ன..? கல்யாணத்துல சமைக்கிற வேலை நமக்குக் கொடுத்தாங்கனா.... அடடா! பொண்ணு நல்லா இருக்காளே... நானே கல்யாணம் பண்ணிப் பேனேனு சொல்லப்படாது.

உனக்குக் கொடுக்கப்பட்ட வேலையை நீ சிறப்பா செய்யணும். எந்த இடத்தில் நீ செருப்பா இருக்கணுமோ.... எந்த இடத்தில் கிரீடமா இருக்கணுமோ... அப்படி இருந்தாத்தான்

கி.மணிவண்ணன்

அழகு...!' இதை எனக்குள்ள பதிய வெச்சது ஜானகி டீச்சர். என்னை ஐந்து வயசிலேயே வளைச்சுட்டாங்க...... இப்போ ஐம்பது வயசுல நிமிர்ந்து நிக்கறேன்....!"

வெற்றிலைக் காவிப் பற்கள் தெரிய வாய்விட்டுச் சிரிக்கிறார்.

கண்ணன் ஒரு கைக் குழந்தை
கண்கள் சொல்லும் பூங்கவிதை
கண்ணம் சிந்தும் தேனமுதை
கொண்டு செல்லும் என் மனதை...

வீட்டு ஹாலிலிருந்து வந்த பாடல் வரிகள்... எங்கள் அறையிலும் மெலிதாகக் கேட்டது.

கிரேஸி மோகன் புன்னகைத்துக் கொண்டே, "எல்லாக் குழந்தையுமே கிருஷ்ணர்தான். நம்ம பார்வையிலதான் இருக்கு. அவன், மண் சாப்பிடறச்சே... அவன் வாய்க்குள்ளே யசோதை உலகத்தைப் பார்த்தாள்.

'உன் பையன் மண்ணைத் தின்றால் வையாதே..... வாய்க்குள் பார்.... வையம் தெரியாவிட்டால்.... ஐயமே இல்லை ..... நீ யசோதையல்ல..!'

எனக்கான யசோதையா ஜானகி டீச்சர் கெடைச்சதுக்கு ..... நான் என்ன தவம் செய்தேனு தெரியல..."

நெகிழ்ந்தவர், கொஞ்சம் இடைவெளி விட்டுத் தொடர்கிறார்.

"என்னோட நாடகம் 'மேரேஜ் மேட் இன் சலூன்', 'பொய்க்கால் குதிரை'ங்கற பேர்ல பாலச்சந்தர் டைரக்ஷன்ல சினிமாவா வந்துச்சு. அதுக்கு முன்னயே, 45 வயசுல அம்மா இறந்துட்டா. இப்போ, அம்மா ஸ்தானத்துல என்னோட வளர்ச்சியை டீச்சர் பார்த்துட்டுருக்கா."

தற்போது பெங்களூருவில் இருக்கும் ஜானகி டீச்சரோடு பேசினேன்.

"சின்ன வயசுல ரொம்ப சுறுசுறுப்பாவும்..... 'டீச்சர்.... டீச்சர்'னு ஆசையாவும் இருப்பான் மோகன். படிப்புலேயும் கெட்டிக்காரன். ரொம்ப பெரிய ஆளா வருவான்னு அப்பவே தெரியும். நான் கொஞ்சமா அவனுக்கு எடுத்துக் கொடுத்தேன். மிச்சமெல்லாம் அவனோட உழைப்பு. என்னைப் பத்தி அவ்வளவையும் நினைவு வெச்சுக்கிட்டு அவன் சொல்றது எனக்கு

ரொம்ப சந்தோஷம். அவனுக்கு டீச்சரா இருந்ததை பாக்கியமா நெனைக்கிறேன்..."

ஜானகி டீச்சர் மெலிதாகப் பேசினாலும் ஒவ்வொரு வார்த்தையிலும் கனிவும், அன்பும் கலந்திருந்தது.

ஜானகி டீச்சர் சகாயம் இலாதிருந்தால்
நா(ன்) நஹி ஆயிருப்பேன் நாடகத்தில் - வானகிலம்
மீதுமும் மாரியாய் மண்ணெனக்கு மேன்மைதந்து
யாதுமாகி நின்றாள் இவள்.

ஜானகி டீச்சருக்காக கிரேஸி மோகன் பாடிய வெண்பா .... இன்னும் என் காதில் ஒலித்துக்கொண்டே இருக்கிறது!

திருச்சி சிவா எம்.பி

என் வலி துடைத்த வனிதை

அந்தப் பள்ளிக்கூடத்தில் காற்சட்டை சிறுவர்கள் புழுதியோடு புங்கன் மரத்தடியில் விளையாடிக் கொண்டிருந்த மதியநேரம்... "டேய்... இவனுக்கு அப்பா இல்லையாண்டா..." கை கொட்டிச் சிரித்தனர் விவரம் புரியாத விடலைச் சிறுவர்கள்.

"பொறந்தோன்னயே அப்பாவை முழுங்கிடுச்சி பாரு..." முதுகில் உறவினர்களின் அடி விழும்போதெல்லாம் இந்த வார்த்தைகளும் வந்து விழுந்தன. சுடுசொற்களால் ஐந்து வயதுப் பையனின் இதயம் வலித்தது. பிஞ்சு மனசு ஏங்கித் தவித்தது...

'நமக்குனு ஒருத்தரு.... இதை எல்லாம் மீறி நம்மள புரிஞ்சுக்க வரமாட்டாங்களா...?"

ஆம்... வந்தார் ஒரு பெண். மனக்காயத்துக்கு மருந்து போட்டு, வலியைப் போக்கினார். அன்பால், அரவணைப்பால் ஒரு பொதுநலவாதி உருவாகக் காரணமானார் அவர், ஒரு தெலுங்கு பேசும் தேவதை... பெயர் வசுந்தரா.

அப்போது அந்தச் சிறுவனுக்குப் பத்து வயது... இன்று, ஐம்பதுக்கும் மேல். சிறந்த பேச்சாளராக, தி.மு.கவின் கொள்கைபரப்புச் செயலாளராக... பல ஆண்டுகள் நாடாளுமன்ற உறுப்பினராக மக்கள் பணியாற்றும் அவர்..... 'திருச்சி' என்.சிவா, எம்.பி.

"நான் பொறந்த மூணு மாசத்துல எங்கப்பா இறந்துட்டாரு. குடும்பம் நல்ல நிலையில் இருந்தப்ப அவர் இறந்ததால்.... எல்லோருக்கும் என்மேல கோபம். திட்டுவாங்க... அடிப்பாங்க. அது எனக்கு ஆழமா மனசுல பதிஞ்சிடுச்சு"

சென்னை விமான நிலையத்தின் விருந்தினர் அறையில்தான் சிவாவைச் சந்தித்தேன். உற்சாகமாக ஆரம்பித்தாலும், பால்யத்தின் சோகம் சிவாவின் கண்களில் எட்டிப் பார்த்தது.

"கூடப்பொறந்தவங்க ரெண்டு சிஸ்டர், ஒரு பிரதர். நான் கடைக் குட்டி. அப்பா தவறினப்போ அம்மாவுக்கு 29 வயசு. அதனால புள்ளைங்கதானே அவங்களுக்கு எல்லாமே...! ரொம்பவும் கட்டுக்கோப்பா, சலுகைகள் குறைக்கப்பட்டு, உரிமைகள் மறுக்கப்பட்ட சூழல்ல வளர்ந்தேன்.

1966ம் வருஷ வாக்குல துப்பாக்கி தொழிற்சாலை கட்ட ஆரம்பிச்சாங்க. அதுக்குக் கொஞ்சம் பொறியாளர்கள் ஆந்திர மாநிலத்தில் இருந்து வந்தாங்க. அதுல ரெண்டு குடும்பம் எங்க வீட்டுக்கு நெருக்கமானாங்க.

ஒருத்தரோட மனைவிக்கு சுத்தமா தமிழ் தெரியாது. தெலுங்கு மட்டுமே தெரியும். கொஞ்சம் ஆங்கிலம் பேசுவாங்க. எனக்குத் தெரிஞ்ச ஆங்கிலத்துல அவங்ககிட்ட பேசுறேன். என்னை அவங்களுக்கு ரொம்பப் புடிச்சுப் போச்சு. எனக்கு அப்போ 10 வயசு. அவங்களுக்கு 22 வயசு. அவங்க காட்டின அன்பு எனக்குப் பெரிசா தெரிஞ்சது. என்னையும் ஒரு பொருட்டா மதிச்சு, முக்கியத்துவம் தந்த முதல் நபர். அவங்கதான் வசுந்தரா!"

முன்பைவிட இன்னும் சந்தோஷம் பொங்குகிறது சிவாவின் முகத்தில்.

"பள்ளிக்கூடம் போயிட்டு சாயங்காலம் நேரா அவங்க வீட்டுக்குப் போயிடுவேன். அங்கேயே சாப்பிடுவேன். அவங்க தூங்குற வரைக்கும் இருந்துட்டு, அப்புறம்தான் வீட்டுக்கு வருவேன். எல்லாரும், 'அவங்களுக்கு தத்துக் கொடுத்துடு'னு கூட அம்மாகிட்ட சொன்னாங்க. சுதந்திரம், அன்பு, நெறைய

சலுகைகள் இதெல்லாம் அந்த வயசுல அவங்ககிட்டே இருந்துதான் முதல் முறையா எனக்குக் கெடைச்சுது!"

நண்பர் ஒருவர் இனிப்பு தந்து, தீபாவளி வாழ்த்து சொல்கிறார். அவருக்கு நன்றி சொல்லிவிட்டு....

"நான் முதன் முதல்ல சாப்பிட்ட அருமையான இனிப்புப் பண்டம்.. அவங்க செஞ்சு கொடுத்ததுதான். நம்ம வீட்டுல எல்லாம் ஒரு பலகாரம் செஞ்சாங்கனா... 'எடுக்கக்கூடாது... நாங்க எடுத்துக் கொடுக்கறப்பதான்'னு மிரட்டு வாங்க. இவங்களோ.... உனக்கு வேணுங்கறப்ப எல்லாம் எடுத்துக்கோ'னு சொன்னாங்க. அந்த வயசுல எனக்கு அது ரொம்பப் பெரிய விஷயமா இருந்துச்சு. தூரத்துல இருந்த அவங்க வீட்டை மாத்திக்கிட்டு, எங்க வீட்டுக்குப் பக்கத்துலயே குடி வந்துட்டாங்க!

கணவரோட சேர்ந்து ஸ்கூட்டர்ல சினிமாவுக்குப் போறதை தெருவே வேடிக்கை பார்க்கும். எம்.ஜி.ஆர் சரோஜாதேவி ஜோடி மாதிரினு அவங்களை வர்ணிப்பாங்க. அவங்களுக்கு அப்போ குழந்தையில்லை. என்னையும் சினிமாவுக்கு கூட்டிட்டுப் போவாங்க.

நான் அவங்களுக்குத் தமிழ் சொல்லிக் கொடுத்திருக்கேன். அவங்க எனக்கு தெலுங்கு சொல்லிக் கொடுத்தாங்க.

'தெலுங்கு பேசுறீங்களே.. எங்க கத்துக்கிட்டீங்க?'னு டெல்லியில் எல்லாரும் கேப்பாங்க... அப்போ எல்லாம் இவங்க ஞாபகம்தான் வரும்!"

அப்போது வந்த தொலைபேசி அழைப்பை காத்திருப்பில் வைக்கிறார்.

"எதிர்பாராம ஒருநாள் டிரான்ஸ்ஃபர் வந்து சென்னைக்குப் போயிட்டாங்க. முதன் முதலா ஒரு இழப்பு. பள்ளிக்கூடம், விளையாட்டு, இந்த உலகமே பிடிக்கல. 'இந்தப் பையன் ஏதாவது ஆயிடுவான் போல இருக்கே'னு பயந்து, சென்னைக்கு ரயில் ஏத்திவிட்டாங்க. அரை டிக்கெட் வாங்கிக்கிட்டு வர்றேன். ஆனா, அப்ப ஹைதராபாத் கிளம்பிப் போயிட்டாங்க. ரொம்ப அப்செட்!"

சிறிது நேர அமைதிக்குப் பின்...

"அப்போ எனக்கு ஒரு கடிதம் எழுதுனாங்க. 'நான் உன்கூட இல்லைனு வருத்தப்படக் கூடாது. நீ நல்லாப் படிச்சீனா...

நீ எப்போ வேணும்னாலும் என்னைப் பாக்க வரலாம்'னு எழுதி இருந்தாங்க. அந்தக் கடிதம் எனக்குள்ள உத்வேகத்தை ஏற்படுத்துச்சு!

ரொம்ப நாள் கழிச்சு... காலேஜ் படிச்சுக் கிட்டிருந்தப்போ அவங்கள சென்னையில் பார்த்தேன்.

சின்ன வயசுல என்னை எப்படி நடத்தினாங்களோ அதேமாதிரிதான் நடத்தினாங்க. நான், பி.ஏ. பாஸ் பண்ணினத பெரிசா கொண்டாடினாங்க...."

தனது முகத்தில் கை விரல்களை எடுத்து வைத்துக்கொள்கிறார்.

"எனக்கு வலது கண்ணுக்குக் கீழே மரு மாதிரி ஒரு மச்சம் இருக்கு. அவங்களுக்கும் அதே இடத்துல மச்சம் இருக்கும். அதைப் பாத்துட்டு அவங்களோட பையன்

'எப்படி உங்க ரெண்டு பேருக்கும் ஒரே இடத்துல மச்சம் இருக்கு?'னு கேட்டான்.

அதுக்கு அவங்க, 'நா... தம்புடு காதா (என்னோட தம்பியல்லவா)!' அப்படினாங்க.

என்னை அந்த நிலையில் வெச்சுருந்தாங்க..."

"எம்.ஏ., படிக்கறப்ப மிசா கைதியா ஒரு வருஷம் ஜெயில்ல இருந்தேன். அரசியல் போராட்டம், பொதுக் கூட்டம்னு இருக்கறத பத்தி வருத்தப்படுவாங்களோனு நெனைச்சதால... அவங்கள பார்க்கறதத் தவிர்த்தேன். வாழ்க்கையில் கௌரவமான நிலைக்கு வந்துட்டுதான் போய் பார்க்கணும்னு தீர்மானிச்சேன்.

இடையில் எங்க அம்மாகிட்ட பேசினவங்க... 'கவலைப்படாதீங்க.... அவன் திறமைசாலி. ஐ.ஏ.எஸ் ஆகறேன்னு சொன்னான். இப்ப வேற ஒரு லைன் எடுத்துருக்கான். நாலு பேரு மதிக்கிற மாதிரியும் பாராட்டுற மாதிரியும் இருப்பானே தவிர.... அவன் தோத்துட மாட்டான்னு நம்பிக்கை சொல்லியிருக்காங்க!"

"உங்களோட வளர்ச்சியில அவங்களோட பங்கு என்னவா நெனைக்கிறீங்க...?"

"எங்கோ இருந்து கொண்டு என்னுடைய செயல்களை முறைப்படுத்தி எனக்குள்ள ஒரு உந்து சக்தியை ஏற்படுத்தி யிருக்காங்க. அரசியல்ல நேர்மையாகவும், ஒரு நெறியாளனாகவும் பிரின்ஸிபிள்டா இருக்கணுங்கறதுக்கு வசுந்தரா ஒரு முக்கியமான காரணம். நான் எம்.பி ஆனதும், தலைவர் கலைஞருக்கு அப்புறம், அரசியலுக்கு தொடர்பில்லாத ஒருத்தரை முதல்ல பாத்தேன்னா.. அது இவங்களத்தான்..."

தற்போது சென்னையிலிருக்கும் வசுந்தரா அம்மாவிடம் பேசினேன்.

"சிவா நல்லா இருந்தா போதும்...!"

இந்த நான்கு வார்த்தைகளுக்கு மேல் எதுவுமே பேசவில்லை வசுந்தரா.

இதைப் பகிர்ந்து கொள்வதற்காக சிவாவை அழைத்தேன்.

சுட்டும் விழிச் சுடர்தான் கண்ணம்மா சூரியச்சந்திரரோ
வட்டக் கரிய விழி கண்ணம்மா வானக் கருமை கொல்லோ
பட்டுக் கருநீலப் புடவை பதித்த நல்வயிரம்
நட்ட நடுநிசியில் தெரியும் நட்சத்திரங்களடி...

மொபைல் போனில் அவர் வைத்திருந்த பாரதி பாடல் இனிமையாக ஒலித்தது... வசுந்தரா 'அம்மா'வின் தூய்மையான அன்பைப் போல!

கவிஞர் பழநிபாரதி

என் எழுத்துக்கு அழகூட்டியவள்

கடற்காற்று வெப்பம் கலந்து வீசிய நேரத்தில் அந்தப் பேருந்து, மாணவர்களோடு மெரீனா கடற்கரையில் வந்து நின்றது. இறங்கிய மாணவர்கள் வரிசையாக நடந்து சென்றனர். ஒரு மாணவனை மட்டும் தனியே வெயில் படாதவாறு தோளில் கை போட்டு அழைத்து வந்தார் குடை பிடித்த ஆசிரியை.

"கடல் அலையில் பார்த்து கவனமா வெளையாடு..."

அதிக நேரம் தண்ணீரில் விடவில்லை. அவனை மட்டும் அழைத்து கடற்கரை மணலில் தன் பக்கத்தில் உட்கார வைத்துக் கொண்டார்.

"கொஞ்ச நேரம் பேசிக்கிட்டிருக்கலாம்டா..."

அவனும் ஆர்வத்தோடு தலையாட்டினான்.

இன்னொரு நாள்.... அந்த வகுப்பறை, மாணவர்களின் சத்தத்தால் நிரம்பியிருந்தது.

"என்னடா? கோழி கிறுக்குன மாதிரி இருக்கு உன்னோட கையெழுத்து... கையைத் திருப்பிக் காட்டு...!"

புறங்கையில் குச்சியால் விழுந்த அடி தாங்காமல் அழுதுகொண்டே உட்கார்ந்து விட்டான். தானும் தரையில் உட்கார்ந்த ஆசிரியை, கை விரல் பிடித்து ரெட்டை வரி நோட்டில் எழுத்துக்களை அவர் எழுத எழுத அவனுடைய தமிழ் அழகாகிக்கொண்டே வந்தது.

கனிவோடு கொஞ்சம் கண்டிப்பும் கொண்ட அந்த ஆசிரியை.... அவனுக்கு முதல் ஆசிரியர். அந்த மாணவன்.... அன்பின் மென்மையை என்றும் பாடும் பாடலாசிரியர், காதலை உணர்ந்து எழுதும் கவிஞர் பழநிபாரதி.

"என்னோட டீச்சர் ரொம்ப அழகானவங்க. கழுத்தில் அவங்க போட்டுக்கிட்டு வர்ற செயின்ல சின்னதா சிலுவை மின்னும். டீச்சர்னாலே மூக்குக் கண்ணாடி, கையில் ஒரு குடையோடதான் நமக்கு ஒரு உருவகம் தெரியும். ஒரு டீச்சரோட கண்ணாடி, மாணவர்களுக்கு சமூகத்தின் மேல் நல்ல பார்வையையும்.... அவங்களோட குடை, வாழ்க்கை முழுசும் மாணவர்களைப் பாதுகாக்கிற நிழலாகவும் இருக்கும். இவங்களும் அப்படித்தான்."

நெகிழ்வோடு பேசத் தொடங்கினார் பழநிபாரதி.

"அவங்களுக்கு சொந்த ஊரு திருநெல்வேலி. அவங்க ஒரு கிறிஸ்டியன். எனக்கு அப்போ 5 வயசு. கோடம்பாக்கத்துல வீட்டுக்குப் பின்னாடியே பள்ளிக்கூடம். அவங்களுக்கு தினமும் குடிக்கறதுக்கு வெந்நீர் எடுத்துட்டுப் போவேன். சில நேரங்கள்ல பள்ளிக்கூடத்துக்கு போகலைனா... மத்த பசங்களை அனுப்பி விசாரிப்பாங்க!"

அறைக்குள் நுழைந்திருந்த புங்கன் மரத்து வாசனையோடு அந்த நினைவுகளைச் சொல்ல ஆரம்பித்தார்.

"சில நேரங்கள்ல வலிக்காத மாதிரி மெதுவா அடிப்பாங்க. அப்போ எல்லாம் 'இனிமே நாம் சரியா இருக்கணும்'னு எனக்குள்ள நெனைச்சுப்பேன். சின்ன வயசுல 'நான் ரொம்ப மென்மையானவன்'னு அவங்க புரிஞ்சுருக்காங்க. இன்னிக்கு என்கிட்ட டிசிப்ளின் இருக்குனு நீங்க நெனைச்சீங்கனா.... அதுக்கு அவங்கதான் காரணம்!"

பீங்கான் கோப்பையில் அவர் மனைவி சூடாக பச்சைத் தேநீர் கொடுத்தார்.

"இதயம் தருவோம் குழந்தைகளுக்குனு ஒரு புத்தகம். இரண்டாம் உலகப்போரில் பங்கு பெற்ற 'வசீலிசுகம் லீன்ஸ்கி'ங்கற

ரஷ்ய பள்ளி ஆசிரியர் எழுதியது. அதுல அவர், 'குழந்தைகள் வெறும் காலி புட்டிகள் அல்ல... நீங்கள் நினைத்த வண்ணத்தை நிரப்புவதற்கு.... அவர்களைக் கரும்பலகையில் கட்டிப் போடாதீர்கள்.... அவர்களது உலகம் கண்ணாடி ஜன்னலுக்கு வெளியேயும் மிதக்கிறது'னு எழுதியிருக்கார்.

குழந்தைகளை மலைகளிலும், சோலைகளிலும் விட்டுடுவார். ஒரு குழந்தை நதியின் அழகை ஓவியமா வரையும், இன்னொன்று பசுமையைப் பார்த்து கவிதை எழுதும், மற்றொன்று இலைகளைப் பற்றி ஆராயும்... எந்தக் குழந்தைக்கு எதில் அதிக ஆர்வம் இருக்குங்கறதை கவனிச்சு பாடம் சொல்லித் தருவார். என் டீச்சரும் அப்படித்தான்!"

ஜன்னல் வழியே வந்த குருவிகளின் சத்தத்தை கேட்டுக் கொண்டே....

''அவங்க வீடு கோடம்பாக்கத்துல இப்போ இருக்கிற மீனாட்சி காலேஜ் பக்கத்துலதான் இருந்துச்சு. தினமும் சாயங்காலம் அவங்க வீட்டுல போய் படிப்பேன். அவங்களுக்கு காலேஜ் படிக்கிற வயசுல ஒரு பொண்ணு, வீட்டை சுத்தமா அழகா வெச்சிருப்பாங்க. அந்த வீட்டுச் சூழல் எனக்கு ரொம்பப் புடிச்சது.

ஒரு ஸ்கிப்பிங் கயிறு கொடுத்து, 'மொட்டை மாடியில் போயி வெளையாடிட்டு வாடா'னு சொல்லுவாங்க. அப்புறந்தான் படிக்கறது... எழுதறது எல்லாம். அமைதியா ரெண்டு மணி நேரம் என் கூடவே இருப்பாங்க."

''புத்தகங்களை எனக்கு அறிமுகம் செஞ்சது அவங்கதான். அம்புலிமாமா, காமிக்ஸ் கதைப் புத்தகங்களைக் கொடுத்து படிக்கச் சொல்லுவாங்க. படிக்கற ஆர்வத்தையும், சித்திரக் கதைகளின் மீதான ஈடுபாட்டையும் அவங்க உண்டாக்கினாங்க.

ஒரு படைப்பாளிக்கான விதையை எனக்குள்ளே போட்டது என்னோட டீச்சர். நான் எட்டாம் வகுப்பு படிக்கறப்போ முதன் முதலா ஒரு 'நிலா' கவிதை எழுதினேன். டீச்சர் எனக்குள்ள விதைச்சிருந்ததை, என் அப்பா சாமி பழனியப்பனோட இலக்கிய மழை நனைச்சு என்னை ஒரு கவிஞனாக்கியது!"

புத்தகங்கள் நிறைந்திருந்த அவர் அறை குளிருக்கு இதமாக இருந்தது.

"பள்ளியிலேயே சிறந்த மாணவனா என்னை தேர்வு செஞ்சாங்க. டாக்டர் மு.வ. எழுதின திருக்குறள் உரையை டீச்சர் எனக்குப் பரிசா கொடுத்துட்டு பிரேயர்ல, 'எல்லா மாணவர்களும் இந்த பாரதியைப் பாத்து நெறைய கத்துக்கணும்'னு பெருமையாப் பேசுனாங்க.

இதைப் பாத்து என்கூட படிச்ச மனோகர்ங்கற பையன் அவனோட கையில் 'பாரதி'னு என் பேரை பச்சை குத்திகிட்டான். 'ஏன்டா என் பேரை பச்சைக் குத்தியிருக்கே'னு கேட்டேன்.

'ரொம்பத் திறமையான பையன்னு சொல்லி உன்னைப் பாராட்டினாங்க... அதனால் உன்னை எனக்கு ரொம்ப புடிக்கும்'னு சொன்னான்.

கி.மணிவண்ணன்

இப்போ அவன் மரக்கடையிலதான் வேலை பாக்குறான். இப்பவும் பண்டிகை நாட்கள்ல குடும்பத்தோட என்னை வந்து பாக்குறான். 'பச்சைக் குத்தியிருக்கிற உன் பேரைத்தான் என் பிள்ளைகளுக்கு காமிப்பேன். அவங்களை நல்லாப் படிக்க வைக்கிறேன்னு சொல்லுவான்.

என் மேல அக்கறையாயிருந்த டீச்சர்.... அவனோட இரண்டு குழந்தைகள் படிப்பு வரைக்கும் வாழ்ந்துட்டிருக்காங்க. அதுதானே எனக்குப் பெருமை..." பழநிபாரதியின் கண்களில் பெருமிதம்.

"என் மகள் லாவண்யாவுக்கு செடி மகள்னு ஒரு கவிதை விகடன்ல எழுதினேன். என்னோட டீச்சர் என்னைப் பார்த்த உணர்வுகள்தான் அதில் கலந்திருக்கு. நானும் அப்படித்தான் என் மகளைப் பார்க்கிறேன்."

பூச்செடி வளர்க்க முடியாத
எங்கள் சிறிய வீட்டில்
வளர்ந்து கொண்டிருக்கிறாள் லாவண்யா...

இவள் சிரிப்பை முழம் போட்டு
முடிந்து போவாள்
எங்கள் வீட்டுப் பூக்காரம்மாள்...

இவள் மழலையில்
கனிந்து நிற்பாள் பழக்காரம்மாள்...

எங்களோடு நண்பர்களோடு
எதிர்வீட்டுத் தென்னை அணில்களோடு
ஜன்னல் குருவியோடு
மதியம் இரண்டு மணிக் காக்கைகளோடு
பழகிப் பழகிப் பூக்கிறது பூச்செடி...

செடியை வளர்ப்பது சுலபமாக இருக்கிறது.
பூக்களைப் பத்திரப்படுத்துவதுதான்
எப்படியென்று தெரியவில்லை...'

இந்தக் கவிதை, மதுரை காமராசர் பல்கலைக்கழகப் பாடப் புத்தகத்தில் இடம் பெற்றப்போ, என் எழுத்துக்கு டீச்சர்தான் முதல் காரணம் என்பதை உணர்ந்தேன்!" அருகிலிருக்கும் மகள் புன்னகைப்பதை ரசிக்கிறார்.

"சிங்கிஸ் ஐத்மாத்தவ்.... எனக்குப் பிடித்த ரஷ்ய எழுத்தாளர். அவரோடது 'முதல் ஆசிரியர்' நாவல். புரட்சிக்குப் பிறகு... ஒரு மலைக்கிராமத்தில் பள்ளிக்கூடம் அமைச்சு பாடம்

சொல்லிக் கொடுக்கிறது தான் கதை. அதுல ஒரு மாணவி தன்னோட ஆசிரியரை ரொம்பவே நேசிப்பாள். அவராலேயே ஆளாக்கப்பட்டு பெரிய அதிகாரியா மாறியிருப்பா.

சின்ன வயசுல ரெண்டு பேரும் சேர்ந்து ரெண்டு பாப்ளார் மரங்களை நடுவாங்க. அந்த மரங்கள் ஓங்கி வளர்ந்து வசந்தகாலத்தையும், மழைக்காலத்தையும், பனிக்காலத்தையும் தனது கிளைகளிலும், இலைகளிலும் வெவ்வெறு ரூபங்கள்ல பிரதிபலிக்கும். அந்த ஆசிரியரை சந்திக்க முடியாத பின்னாட்கள்ல அந்த மரத்தை அவள் அண்ணாந்து பார்ப்பாள். அப்படித்தான் என்னோட டீச்சரின் ஞாபகங்களும் வளர்ந்து நிற்கின்றன.

ஒவ்வொரு கிறிஸ்துமஸுக்கும் பென்சில், நோட்டுப் புத்தகங்கள் மாதிரி நெறைய பரிசுகள் கொடுப்பாங்க. அவங்களோட நண்பர்கள் வீட்டுக்கெல்லாம் ஸ்வீட் கொடுத்துட்டு வர என்னைதான் அனுப்புவாங்க. இந்த கிறிஸ்துமஸ் நேரத்துல அவங்க ஞாபகத்தை அதிகமாக்கிட்டீங்க. இப்போ எங்கே இருக்கீங்க டீச்சர்...?"

நினைவுகளில் நீந்தித் தன்னைத்தானேக் கேட்டுக் கொண்டார் பழநிபாரதி.

''அவங்களோட பேரை சொல்லவே இல்லையே...?"

"என் பெரிய சோகமே என் டீச்சர் பெயரை நான் மறந்ததுதான். எந்த நல்ல மனிதரோட பெயரையும் வெச்சு அவங்களை கூப்பிடலாம் போல இருக்கு...."

தேவன் திருச்சபை மலர்களைப் போல இருந்தது... அப்போது மலர்ந்து சிரித்த பழநிபாரதியின் ஏக்கம் நிறைந்த புன்னகை.

வாசலில் இறங்கி நடந்தேன்... வீதியெங்கும் கிறிஸ்துமஸ் நட்சத்திரங்கள் ஜொலித்துக் கொண்டிருந்தன!

★

ஓவியர் ட்ராட்ஸ்கி மருது

என் தூரிகையானவள்

சலங்கைச் சத்தத்துடன் வில்வண்டிகள் புறப்பட்டபோது.... பொழுது விடியத் தொடங்கியிருந்தது.

தடுப்புக் கம்பியில் சாய்ந்து கொண்டே கால்களைத் தொங்கவிட்டுக் கொண்டு வந்தவனின் தலைமுடியை, காற்று கலைத்துவிட்டதில் அழகாயிருந்தான் அந்த ஆறு வயதுப் பையன்.

"பத்திரமா உக்காந்துக்கணும்யா.!"

"ம்..ம்..ம்..."

என்று அப்பாவைப் பார்த்துத் தலையாட்டியவனின் பூப்போட்ட புதுச்சட்டை வாசமாயிருந்தது. வண்டிகளையும், வானத்துப் பறவைகளையும் பார்த்துக் கொண்டே வந்தான்.

வழியெங்கும் சூரியனின் மஞ்சள் வெளிச்சம். செவ்வரளியும், எருக்கம் பூக்களுமாயிருந்த இடத்தில் வண்டிகள் நின்றன.

இறங்கி ஒற்றையடிப் பாதையில் மலையேறியபோது கொஞ்சம் கொஞ்சமாக சத்தமும், வெளிச்சமும் குறைந்து....

அவர்களை வரவேற்றது அழகர்கோயில் வனம். புரிந்தும் புரியாத வயதில் அந்த இருள் அவனுக்குப் புதிதாயிருந்தது. லேசாக தண்ணீரின் சலசலப்பு. அம்மாவின் கையைக் கெட்டியாக பிடித்துக் கொண்டான்.

அடர்ந்த மரக்கொடிகள் சூழ அகன்ற மரத்தடியில் குங்குமப் புடவைக் கட்டி சிலையாக ஒரு தேவி நின்றிருந்தாள். அவள் பாதத்தை நனைத்து புரண்டு விழுந்து கொண்டிருந்தது சுனைநீர். அவன் நிமிர்ந்து பார்த்தபோது பரவசமாயிருந்தது.

ஆடிப்பெருக்கு விழாவின் அக்காட்சி, மாபெரும் கலைஞனை உருவாக்கத் தொடங்கியிருந்தது. அந்த வனத்தின் தமிழ் தேவதையின் பெயர் 'ராக்கு'. அந்தச் சிறுவன்... தமிழ்த் தொன்மங்களையும், தமிழர் வாழ்வியலையும் தனது நவீனப் படைப்புகளில் தனித்துவமாகக் கொண்டு இயங்கும் நாயகன்... ஓவியர் ட்ராட்ஸ்கி மருது.

"**எ**ன்னோட மதுரை வாழ்க்கையில தொன்மையான அழகர் கோயில் வனம் முக்கியத்துவமானது. மதரீதியான விஷயத்தையும், கடவுள்ங்கறதையும் தாண்டி... கலாபூர்வமா, ஆத்மார்த்தமான இடமா அந்த வனம் என் வாழ்வுல இருக்கு.

என்னைக் கவர்ந்த தமிழ்த் தன்மை கொண்ட கலைவடிவான ராக்கு... இன்னிக்கு வரைக்குமான என்னோட இன்ஸ்பிரேஷன். அதோட எக்ஸ்டென்ஷன்தான் நான் பார்க்கற எல்லா பெண்களும். நான் வரையுற பெண் உருவத்துல சிலசமயம் முகமே இருக்காது. ஏன்னா, பெண்ணுங்கறத பொதுமைப்படுத்தத்தான்... அதில் பேதமில்லை."

உணர்வுடன் தொடங்கிய மருது, சுவரிலிருந்த ஓவியத்தைக் காண்பித்தார்.

"உட்கார்ந்து சாப்பிடறதுக்கு சொத்துக்கள் இருந்தும், விவசாயத்தைப் பாக்குற எளிய மக்களோட நானும் உழைச்சு, வெயில்ல தோல் உரிஞ்ச முதுகுக்கு தண்ணி ஊத்திக்கிட்டு உக்காந்துருக்கற ஆளுதான் எங்க அப்பத்தா.

கணவனை இழந்துட்டு ஒத்தை ஆளா குடும்பத்தைத் தூக்கி நிறுத்துன பல பெண்களை பாத்துருக்கேன். கிராமத்துல இருந்து வந்து, நெல் அவிச்சுப் போட்டு வாழ்க்கையை நடத்தி வயசானதால கிராமத்துக்கே திரும்பிப் போய், செத்துப்போன பாட்டியையும் பாத்துருக்கேன்."

நெல் அவிக்கும் வாசம்... நினைவிலாடியது!

“ஒரு பாட்டி கிட்ட பனங்கிழங்கு வாங்கினேன். வயசானதால பாக்கி சில்லறையை எடுக்கறதுக்கு தாமதமாச்சு. ‘பரவாயில்ல இருக்கட்டும்’னு சொன்னதுக்கு... ‘இங்க வா. இந்த பாவத்தை நான் எங்க போயி கழுவுறது’னு படக்னு சொல்லுச்சு. அது நின்ன இடம் எது தெரியுமா? இந்தியா முழுசுல இருந்தும் மக்கள் வந்து பாவத்தை கரைக்கிற ராமேஸ்வரம். பாட்டி அப்படி சொன்னதை மறக்கவே முடியாது.”

ஆச்சர்யம் கலந்து சிரிக்கிறார்.

“திருநெல்வேலி பக்கத்துல ஷூட்டிங் லொகேஷனுக்கான பொட்டல் காடு. கடுமையான வெயில். மனித நடமாட்டமே இல்லை. ரோட்டோர மரத்தடியில பத்து வயசுப் பொண்ணு உட்கார்ந்திருந்துச்சு.

‘இங்க என்னம்மா செய்யுறே.?’னு கேட்டேன்.

‘படிக்கிறேன்’னு சொல்லுச்சு.

நான் கலங்கிட்டேன். ‘எங்கம்மா மாடு மேய்க்கறாங்க. அவங்களுக்கும் துணையா வந்தேன்’னுச்சு.

புத்தகம் காத்துல பறக்காம கல்லெல்லாம் வெச்சக்கிட்டு சம்மணம் போட்டு உட்கார்ந்திருந்ததை படம் எடுத்தப்போ பயந்துருச்சு. ‘நீ ரொம்ப சிறப்பான காரியம் செய்றேன்னுதாம்மா போட்டோ எடுக்குறேன்’னேன். அதுக்கு ரொம்ப சந்தோஷம். ‘அம்மா, இனி மாடு மேய்க்கக் கூடாது. அவங்கள மேல கொண்டு வந்துடணும்’னு சொன்னப்போ, அழகா சிரிச்சது.!”

சந்தோஷம், மருதுவின் புன்னகையிலும்!

“21 வயசுல ஓவியக் கல்லூரி மாணவனா சென்னைக்கு வந்தப்போ.... மர்லின் மன்றோ நடிச்ச ‘ப்ரின்ஸ் அண்ட் ஷோ கேள்’ (Prince and the show girl) படம் பாத்தேன். அதுக்கு முன்ன மர்லினை போட்டோவுலதான் பாத்துருக்கேன். லாரன்ஸ் ஆலிவர் நடிப்பு, இயக்கத்துல வந்த படத்தின் ஒரு காட்சியில.... மர்லினோட முகம் மட்டும் டைட் க்ளோஸ்அப்ல வரும்.

அந்த இமேஜோட கலர்.. இளம் பொன்னிறமான தலைமுடி.. ரெட்டிஸ் விப்ஸ்டிக்கோட. தலை சாய்ச்சு இமை மூடி நிமிர்ந்துகொண்டே கண் திறப்பா பாருங்க, அடடா... அந்த செகண்ட்லதான் அவளை உணர்ந்தேன்.

அந்த ஷாட் என்னோட உள்ளுணர்வைத் தொட்டுச்சு. அவளோட உண்மை மனம் அப்படியே மிளிர்ந்துச்சு. உலகம் அவளை கிளாமர் தேவதையா ஏன் கொண்டாடுதுனா? குழந்தையைப் போல ஒரு ஆர்ட்டிஸ்டிக் இன்னோசாஸ்தான்!

உலகம் முழுமையும் கலைஞர்கள், கலைகளை வெளிப்படுத்துறதுக்கு ஓர் ஊடகமாக பெண் உடலை பயன்படுத்தியிருக்காங்க.

மனித வாழ்வினுடைய முக்கிய கட்டத்தை உய்விக்கிறதுக்கும், உயர்வு பெறுவதற்குமான வழியைச் சொல்லுகிற கலைப் படைப்பு களெல்லாம் பெண்ணைத்தான் முன்னிறுத்தியிருக்கு. அதெல்லாம் எனக்கு இன்ஸ்பிரேஷன்தான்."

சிறிது நேரம் மௌனித்துத் தொடர்ந்தார்.

"ஹாஸ்டல்ல இருந்து வீட்டுக்குப் போனா, 'உனக்கு என்னய்யா செஞ்சு தர..?'னு அம்மா கேப்பாங்க.

'மெட்ராஸ்ல பழைய சோறுதான் கெடைக்கலம்மா'னு சொன்னா அழுவாங்க.

அது தாய்மை. நான் சிறப்பா செயல்படுறதுக்கு என் மனைவியும் முக்கியமான காரணம், இப்படியானவங்களால தான் என்னோட ரசனை மேம்பட்டுச்சு.

நெறைய ஓவியங்கள்ல காற்றே இருக்காது... என்னோட படங்கள்ல தலைமுடி, துணியெல்லாம் பறக்கும். குதிரையோட வேகம், வாள் வீசறது... இப்படி பாடி லாங்குவேஜை சரியா யூஸ் பண்ணியிருப்பேன். இதை நான் மட்டும்தான் செய்றேன்னு தைரியமாவே சொல்வேன். ஓவியங்கள்ல மூவ்மென்ட்... அதுதான் என்னோட தனித்தன்மை.

பெண்களின் மகோன்னதமான பெருமை... அவர்களின் உணர்வுகள்... காமம் எல்லாமே என் ஓவியங்கள்ல இருக்கு. பெண்ணை அறிவது என்பது உன்னை அறிவது. உன்னையும் உன்னைச் சார்ந்த இந்த உலகையும் அறிவது."

"ராக்கு வழியா என்ன கத்துக்கிட்டீங்க..?"

"இந்த இருளில் பூச்சியிலிருந்து மிருகங்கள் வரை... மகிழ்வும் ஆபத்தும் நிறைந்திருக்கிறது. 'என்னைப் புரிந்து கொள்' என்று சவால் விட்டுக்கொண்டே இருக்கும் வனம்.

கி.மணிவண்ணன்

'எல்லாவற்றையும் கற்று உணரு... வென்று உணரு.. அனுபவி' என்று தமிழ்த்தொன்ம உருவமான ராக்கு சிம்பலைஸ் (Symbolize) பண்ணுச்சு.

வனத்துக்கு நடுவுல, பெரும் வயது கொண்ட பிளந்திருக்கும் மரங்களுக்கிடையில் ஒரு மனிதன் செஞ்ச கலை வடிவம். அதன் காலடியிலிருந்து பல நூற்றாண்டு வற்றாத சுனை நீர்தான் நமக்கான கொடை. இதைத்தான் உணர்ந்தேன்..!"

வெள்ளைக்காகிதத்தில் குழைத்துவழியும் வண்ணமாயிருந்தேன் நான். மருதுவிடம் வேறெதுவுமே கேட்கத் தோன்றவில்லை!

தமிழருவி மணியன்

என் ஆதர்ச தேவதை

சென்னையில் ஒரு பெருமழைக் காலம். அண்ணா சாலையெங்கும் ஆறாய் ஓடியது தண்ணீர். குடை பிடித்து நடந்துகொண்டிருந்த அந்த இளைஞனின் பார்வையில் பட்டார் 80 வயது முதியவர். அவசரத்தில் கடந்து போகும் யாரும் அவரைக் கண்டுகொள்ளவில்லை. ரோட்டோரத்தில் சகதியில் விழுந்து கிடந்த வரின் கைத்தடி தூரத்தில் கிடந்தது.

"ஐயா, என்ன ஆச்சு?"

நடுங்கியவரின் முகத்தைத் துடைத்துவிட்டு, கைத்தாங்கலாக அழைத்துப்போய் குளிருக்கு இதமாக தேநீர் வாங்கிக்கொடுத்தான் அவன்.

"எங்க போகணும்..? கொண்டு போய் விடறேன்..!"

"காடு போற வயசுல வீடு எதுக்கு?னு சொல்லிட்டாங்க மகனும், மருமகளும்.

சாகவும் தோணல. யாருக்கும் பாரமா இருக்கவும் விரும்பல. பிச்சையெடுப்போம்னு திரிஞ் சேன். பசி மயக்கத்துல விழுந்துட்டேன்!"

வெறுமையோடு தயங்கினார் பெரியவர். அவரை சமாளித்து தன் வீட்டுக்கு அழைத்து வந்தான் அவன்.

அப்பா, வேட்டி துண்டு கொடுத்தார். அம்மா, தோசை பரிமாறினார். மூவரும் பேசிக்கொண்டிருந்தார்கள்.

அவன் மட்டும் அறைக்கு வந்து படுக்கையில் சாய்ந்தான். தூக்கம் வரவில்லை. எப்போதோ படித்த புத்தகம் நினைவில் புரண்டது.

கொல்கத்தாவின் பரபரப்பான ஹவுரா பாலம். அதற்குக் கீழே ஈ மொய்த்த காயங்களோடு சமூகத்தால் புறக்கணிக்கப்பட்ட தொழுநோயாளிகள் சாலையோரம் கிடந்தார்கள். ஒரே ஒரு பெண்மணிக்கு மட்டும் அவர்கள் மேல் அன்பு பிறந்தது. அள்ளி அணைத்து அடைக்கலம் தந்தார். அந்தப் பெண்மணியின் அன்பு முகமும், கனிவான செயலும் அவனுக்கு ஆயிரம் அர்த்தங்களைச் சொன்னது.

அந்த இளைஞன்... காந்தியத்தைக் கற்றுத்தெளிந்து, அதை நாடெங்கும் விதைத்து வரும் பேச்சாளர், எழுத்தாளர், சமூக ஆர்வலர் தமிழருவி மணியன்.

அவர், எவ்வளவு மென்மையானவர் என்பதை, சன்னமான குரலில் பேச ஆரம்பித்த போது உணர்ந்தேன்.

“கதியற்றவர்களுக்குத் தொண்டு புரிவதுதான் உண்மையான சமயம். உடைமையற்றவனின் உள்ளத்திலிருந்துதான், உண்மையான அன்பு பிறக்கும். அதுதான் உயர்வாழ்க்கைனு சொன்ன காந்தியத்தை உள்வாங்கி, அந்தத் தாக்கத்தோடு புறப்பட்ட நேரம்.

சாலையில் சகதியில் விழுந்து கிடந்தவரைப் பார்த்த பாதிப்பும்... நிராகரிக்கப்பட்டவர்களுக்கு நிழல் தந்து, பசியாற்றுவதையே தன் வாழ்வின் தவமாய்க் கொண்ட அந்த அன்பு தேவதை அன்னை தெரசாவைப் பற்றிய பார்வையும்... ஒரு மையப்புள்ளியில் இணைந்தபோது அவர் எனக்குள் ஆதர்சமானார்!

கள்ள உறவுகளால குப்பைத் தொட்டியில வீசியெறியப்படுகிற குழந்தைகள், குடும்பத்தினரால் நிராகரிக்கப்பட்டு வீதிக்கு வர்ற முதியோர்கள், ஒட்டுமொத்த சமூகத்தாலும் புறக்கணிக்கப்பட்ட பெருநோயாளிகள். இந்த மூன்று வகையான மக்களை அரவணைச்சு வாழ்வதையே முழு வாழ்க்கையா கொண்டவங்க அன்னைதெரசா.

நோயில் வாடுபவர்களுக்கும், கல்வி கிடைக்காமல் அறியாமையில் வாழ்பவர்களுக்கும் உதவணும்ங்கற உள்ளத்தோடு நான் இயங்குவதற்கு முழுமையா எனக்குள்ளிருந்து வழி நடத்துறது அவங்கதான்."

"அவங்க வாழ்க்கைச் சம்பவம் ஏதாவது உங்களை பாதிச்சுதா...?"

"ஐரோப்பாவிலிருந்து கிறித்துவ சமயப் பணிகளுக்காக வந்த பெண்மணி... ஆதரவற்றவர்களைப் பராமரிக்க அந்த குழந்தைகளோட வீதி வீதியாப் போயி கையேந்தி பிச்சையெடுக் குறாங்க. அப்போ பல இடங்கள்ல பலவிதமான அவமானங்கள்.

ஒரு கடைக்காரன் சுடு தண்ணியை எடுத்து ஊத்துனான். இன்னொருத்தன் காரி உமிழ்ந்தான். அன்னை தெரசா சிரிச்சுக் கிட்டே,

'சரி... எனக்கானதைக் கொடுத்துட்டீங்க.... இந்தக் குழந்தைகளுக்காக பத்து காசு கொடுங்களேன்'னு கேட்டாங்க.

இந்த மண்ணில் அவர் செய்த தொண்டு... மகத்தானது!

ஓர் உயிரின் வருத்தத்தை, தன் வருத்தமாக ஏற்று, அதைப் போக்க முனையறதுதான் உண்மையான ஆன்மிகம். அது சாதி, மதம், இனம், நாடு பார்க்காது. அதன் வடிவம்தான் அன்னை தெரசா.

காந்தி கற்றுக்கொடுத்த ஆன்மிகமும், இவங்க வாழ்ந்து காட்டின ஆன்மிகமும் ஒண்ணா இருக்கறதால, அவரோட ஆதர்சத்தை ஏற்றவன்தான் நான்."

அவர் பேசியதைக் கேட்டுக்கொண்டே இருந்தேன். இடைமறிக்க முடியவில்லை.

"தாம்தான் இத்தனையும் செய்யுறோம்னு அவங்க நெனைக்கல. 'நான் ஒரு பென்சில். என்னை எழுதச் செய்பவர் கர்த்தர்'னு சொன்னாங்க.

'செய்யப்படும் கவிதையனைத்தும் பராசக்தியாலே செய்யப்படும் காண்'னு சொல்றான் பாரதி. 'பாடுவது நானல்ல... பரந்தாமன் பாதத்து விரல்கள் தாயே...'னாரு கண்ணதாசன். இதுதான் தன்னகங்காரம் இல்லாத உண்மையான பணிவு.

பாரதியையும், கண்ணதாசனையும் கடந்து அன்னை தெரசாவோட வாசகம்தான் இன்று வரை என்னை வழிநடத்திக் கொண்டிருக்கிறது.

பேசறதைவிட செயலில் காட்டணும்னு நெனைக்கிறவன் நான். அடுத்தவங்க பிரச்னைகளை என்னோடதா நெனைச்சு தீர்வுக்காகப் புறப்பட்டிருக்கேன்.

என் அறிவைக் கொண்டு பெறுகிற வருமானம்... என் பிள்ளைங்க படிச்சு, திருமணமாகிற வரைக்கும் அவங்களுக்கு செலவிடப்பட்டது. இப்போ அது பொதுச்சேவைக்கு. என் மனைவிகிட்டே இதை முன்னமே சொல்லிட்டேன்.

நான் என்ன பேசினேன், எழுதினேன், எவ்வளவு காலம் பொதுவாழ்வில் ஈடுபட்டேன் என்பதெல்லாம் பெருமையல்ல. என் அறிவின் மூலமா இப்போ கிடைக்கிற பணம்... 12 ஒடுக்கப் பட்ட தலித் பிள்ளைகளின் உயர்கல்விக்காக பயன்படுத்தப்படுது.

அதுதான் நான் புரிந்து கொண்டிருக்கும் தவம். இதுதான், என் வாழ்வில் அர்த்தமுள்ளதாக என்னை ஆக்கிக்கொண்ட செயல்."

மெலிதாகப் புன்னகைத்துத் தொடர்கிறார்.

"1,400 ஆண்டுகளுக்கு முன்னால் அரபு பாலைவனத்தில் கஸ்வா என்ற ஒட்டகத்திலே அமர்ந்து, தன்னைப் பின்பற்றிய லட்சத்துக்கும் மேற்பட்டவர்கள்கிட்ட நபிகளார் ஆற்றிய இறுதி உரையில்...

'பிணியாளர்களைப் பாருங்கள், பசித்தவருக்கு சோறிடுங்கள், அடிமைகளை விடுதலை செய்யுங்கள்'னு வேண்டுகோள் வைக்கிறார்.

அதேமாதிரி விவேகானந்தர், "நோயுற்றவனுக்கு மருந்தும், பசிக்கு உணவும், அறியாமையிலிருப்பவனுக்குக் கல்வியும் கொடுங்கள்'னு மூன்று கடமைகளைச் சொல்லியிருக்கார்.

இதையெல்லாம் அன்னை தெரசா செஞ்சிருக்காங்க. இப்போது அதற்கான களத்தை அமைப்பதுதான் எங்கள் இயக்கத்தோட மிக முக்கியமான பணி."

அவர் பேசப்பேச நெகிழ்ந்திருந்தேன். சிரித்த முகத்துடன் அவர் மனைவியும், மகளும் வந்தார்கள். உடனிருந்த பேரப்பிள்ளைகளைக் கட்டிக்கொள்கிறார்.

"இது என் மகள் பூரணி. ஒரு கிறித்துவரை கைப்பிடித்து அந்த மதத்துக்கு மாறிட்டா. குழந்தைகளை நல்லா வளர்க்கணும், ஏழைகளுக்கு உதவி செய்யணுங்கற எண்ணம் கொண்டவள். வாரம் ஒரு நாள் அவளே சமைச்சு அனாதைகள் இல்லத்துக்கு போய் அவ கையாலேயே சாப்பாடு போடுறா.

'யத் பாவம் தத் பவதி'னு சமஸ்கிருத ஸ்லோகம் உண்டு. இதேபோல, பைபிள்ல 'மனிதன் என்ன நினைக்கிறானோ... அதுவாகவே ஆகிறான்'னு வசனம் இருக்கு.

வானத்தில் இருந்து இறங்கி அன்பு செய்வதையே தவமாக நடத்திய ஓர் அருட்செல்வியான அன்னை தெரசாவைப் போல, பிறருக்காக வாழுறதுதான் உண்மையான வாழ்வுங்கற எனது புரிதல்... என் மகள் பூரணியின் ரத்தத்துலேயும் இருக்கு."

ஒரு உண்மையான மனிதன், மக்களுக்காக வாழ்ந்து கொண்டிருக்கிறான் என்றுதான் சொல்லத் தோன்றுகிறது. காந்தியின் அகிம்சையை கொண்டிருந்தாலும் ஈழ மக்களுக்கான ஆயுதப் போராட்டத்தில் தமிழினத்தின் மீதான தனித்த அக்கறை யோடிருப்பதுதான் தமிழருவியின் ஈரம்.

"அந்த மழை நாளில் நீங்கள் காப்பாற்றிய பெரியவர்...?" என்று ஆர்வத்துடன் கேட்டேன்.

"மறுநாள் பொழுது விடிந்தபோது அவர் எங்கள் வீட்டில் இல்லை. 'யாருக்கும் பாரமா இருக்க விரும்பல'னு சொன்னவரை எங்கெல்லாமோ தேடினேன். ஏதாவது ஓர் அன்பு தெய்வம் அவரைக் காப்பாற்றியிருக்கும்."

நம்பிக்கையோடு சொன்னவரை அமைதியாகப் பார்த்தேன். அவரது வீடும் தூய்மையான அன்பின் பரிபூரணத்தில் நிரம்பியிருந்தது!

★

எழுத்தாளர் **வண்ணதாசன்**

எதுவெல்லாம் மலர்த்துகிறதோ
அதுவெல்லாம் பூ

ஒரு பெருங்கோடை முடிந்து காவிரியில் நுங்கும் நுரையுமாக தண்ணீர் பெருகி வர ஆரம்பித்திருந்தது.

'ஆத்துல தண்ணி வந்துட்டு'

ஊரெங்கும் மகிழ்ச்சிக் குரல்கள்.

அது ஒரு நெல்விதை வழிபாட்டு நாள். விடியற்காலை ஒன்றுகூடி சூரியனையும், நிலத்தையும் கும்பிட்டு, விதை நெல்லை ஊருக்குப் பொதுவான நாற்றங்காலில் உற்சாகமாக வீசித் தெளிப்போம். விவசாய வேலைகள் ஒவ்வொன்றாகத் தொடங்கும். ஆற்றில் தண்ணீர் வருவதற்கு முன்பு வைகாசியின் தொடக்கத்தில் இதெல்லாம் நடக்கும்.

அப்போதுதான் நான் ஒரு புத்தகத்தை வாசிக்க ஆரம்பித்திருந்தேன்...

பன்னீர் பூக்களடர்ந்த மரத்தின் நிழலில் நான் அதை வாசித்துக் கொண்டிருந்தபோது வண்ணதாசன் எனக்கு அகமும் புறமுமாய் நிறைந்திருந்தார்.

மழை பொழிந்து வெயில் தொடங்கிய ஒரு இளங்காலையில், ரெட்டை மாடுகள் பூட்டிய ஒற்றை ஏர்க்கொழு கீறிக் கிளப்பும் புழுதிவாசம்போல இருந்தது அந்த வண்ணதாசனின் கதைகள்.

உழுத மண்ணில் ஊன்றி மூன்றாவது நாளில் முளைவிடும் வேர்க்கடலைத் துளிரின் சாயங்காலத்தை அவரால்தான் அப்படியே சொல்ல முடிந்திருக்கிறது.

'குற்றாலம் ஐந்து அருவியில் குளித்துவிட்டு ஈரச்சிரிப்போடு படியேறி வருகிற எல்லாப் பெண்களுடைய வீடுகளிலும் செண்பகப் பூவா பூத்துக்கொண்டிருக்கிறது' என்று அவரால்தான் ஈரமாக எழுத முடிந்திருக்கிறது.

'ரகசியங்களின் தாழம்பூ வாசனை'யாக அம்மாச்சியின் பேரன்பை அவளது மன அடுக்குகளில் நுழைந்து அவரால்தான் நுகர முடிந்திருக்கிறது.

ஒரு தைப்பொங்கல் நாளில் என் கையைப் பிடித்துத் தன் இரு கைகளுக்குள் வைத்துக்கொண்டார் வண்ணதாசன். குளிரும், மக்கள் திரளின் வெம்மையும் கலந்த சென்னை புத்தகக் காட்சி அரங்கம்.

ஒரு மேன்மையாளரின் திருமகன்.

'கல்யாணி, ஒரு கலைஞன். ஒரு வரி எழுத எவ்வளவு பாடுபடுகிறான் என்பது எனக்குத்தான் தெரியும்.. அவனுக்குத் தேவை தனிமை...'

இப்படியாக தன் மகனை வளர்த்தெடுத்த அன்பின் தோழர் தி.க.சிவசங்கரன் ஐயாவின் பிள்ளை.

தந்தையின் தமிழும், தனக்கான தனித்தமிழும் கொண்ட வண்ணதாசனிடம் கேட்டேன்.

"உங்களுக்கு உணர்வூட்டிய, வணக்கத்துக்குரிய பெண் யாராவது இருக்காங்களா?"

"நாகம்மக்காதான். மதுரையில இருக்காங்க. ஆனா நான் அவங்களப் பார்த்து பல வருஷம் ஆச்சு"

"நாகம்மக்காவைப் பற்றி நீங்க சொல்லணுமே..?"

"நிச்சயமாக" என்றார்.

நாட்கள் நகர்ந்தன. தொடர்ந்து கேட்டேன்.

"நாகம்மக்காவைப் பார்த்து 15 வருடங்கள் இருக்கும். நாகமலை புதுக்கோட்டையில் சர்வோதயா நகரில்தான் அக்காவும், பிரகாஷ் அத்தானும் இருக்கிறார்களா தெரியவில்லை. எனக்கு 73 என்றால் அக்காவுக்கு 75, 76 கூட இருக்கும்"

“இப்படித் தொடங்கினால் கூட நல்லாயிருக்குமே..!” என்றேன்.

“இப்போதும் அக்கா வலது கையில் வாட்ச் கட்டிக்கொண்டு அதே ‘ஆராம்புளி’ச் சிரிப்போடுதான் இருப்பாள். அக்காவின் அம்மா பழனியம்மாளின் புகைப்படத்தில் வருடம் தோறும் நினைவு நாளுக்கு வைத்த குங்குமம் நாகம்மக்கா நெற்றியில் உதிர்ந்து கிடப்பதை பார்க்க வேண்டும். அவள் கையால் சாப்பிட்ட அந்த *196869* கால நரிமேட்டுச் சமையலை மீண்டும் சாப்பிட வேண்டும்.

இதெல்லாம் இல்லாமல் சொக்கனும் இல்லாமல் நான் எங்கு துவங்கி எங்கு முடிப்பேன்.?”

காத்திருந்தேன்.

வண்ணதாசனின் வணக்கத்துக்குரிய பெண்ணை அவரே எழுதித் தந்தார்.

•••

நாகம்மக்காவைக் கடைசியாகப் பார்த்து ரொம்ப வருடங்கள் இருக்கும், என்று நான் இதை எழுத ஆரம்பிக்க மாட்டேன்.

நாகம்மக்கா இங்கேதான், மதுரை சர்வோதயா நகரில் வீடு கட்டி பிரகாஷ் அத்தானுடன் சௌகரியமாக இருக்கிறாள். மகன் வெளிநாட்டில் இருக்கிறான். மகள் பெங்களூரில் இருப்பாள் என்று நினைக்கிறேன். ஒருத்தரைப் பார்த்து எத்தனை வருடங்கள் தான் ஆகியிருக்கட்டுமே. இன்றோ நேற்றோ சென்ற மாதமோ பார்த்துக்கொள்ள வாய்க்கவில்லை என்பதற்காக, அவரைக் ’கடைசியாகப் பார்த்தது’ என்று எப்படி, ஒரு வாக்கியத்தை நான் தொடங்க முடியும்? சமீபத்தில் பார்த்தது என்று சொல்லலாம்.

நாகம்மக்காவைப் பற்றியும் அப்படித்தான் .நாகம்மாள் என்ற பெயருடைய அக்கா என்பவளே நாகம்மக்கா. சமீபமாக நாகம்மக்காவைப் பார்த்தது, காளவாசல் பக்கம் பிச்சைப் பிள்ளை சாவடி மாஸ்டர் மகாலில்’. அது ஒரு பத்து வருடங்களுக்கு முன்பாக இருக்கும். அங்குதான் அவளுடைய மகன் குமாருக்குக் கல்யாணம் நடந்தது. இந்தப் பக்கத்துப் பையன் வடக்கத்திப் பெண் ஒருவரை விரும்பிச் செய்துகொள்வது புதிது இல்லையே..

வடக்கத்தி, தெக்கத்தி எல்லாம் நாகம்மக்காவுக்குக் கிடையாது. எல்லாத் திசையும் அவளுக்கு ஒன்றுதான். எல்லா மனிதரும் அவளுக்கு வேண்டியவர்கள் தான். இவர் பெண், அவர் ஆண் என்றெல்லாம் தள்ளி நிற்க மாட்டாள். பிடித்திருந்தால் கையைப் பிடித்துக் கொள்வாள். வலது கையில் தான் வாட்ச் கட்டியிருப்பாள். மிகுந்த தன்னம்பிக்கை உடையவர்கள் பொதுவாக வலது கையில் கடிகாரம் கட்டுகிறவர்களாக இருக்கிறார்கள். எதையாவது அவளைக் கேலி செய்து சொன்னால், அந்தக் கையால் முதுகில் ஒரு அடி கொடுப்பாள். கண் இடுங்கிவிடும் சிரிக்கும் போது. முன் பற்கள் கொஞ்சம் தேய்ந்த மாதிரி இருக்கும். லேசாக ஈறு தெரியும். ஆனால் சிரிப்பு என்பது வெளியே இருந்து வருவதா? உள்ளே இருந்து அல்லவா. அப்படிச் சிரித்துவிட்டுக் கண்ணைத் துடைத்துக் கொள்வாள். நாகம்மக்காவுக்கு அழாமல் சிரிக்கத் தெரியாது என்பது உண்மைதான்.

சொல்லப் போனால் நாகம்மக்கா சிரிக்கும் போது இப்படிக் கண் கசியுமே தவிர, அழவேண்டிய இடங்களில் அழ மாட்டாள். மற்றவர்களையும் அழவிடமாட்டாள். 'இப்போ என்ன நடந்து போச்சு?' என்று என்னிடம் சொல்லியிருக்கிறாள். எல்லோரிடமும் சொல்லியிருப்பாள். 'இப்போ என்ன நடந்து போச்சு?' என்று நாகம்மக்கா அவளிடமே சொல்லிக்கொண்டுதான், ஆரல்வாய்மொழியில் இருந்து, பெருங்கொண்ட குடும்பமாக இருந்து நொடித்துப் போன அப்பாவோடும் தம்பி சொக்கலிங்கத்தோடும் ஆரல்வாய் மொழி வீட்டையும் விளையையும் விட்டுப் புறப்பட்டு இருப்பாள்.

சொக்கன் என்று நான் கூப்பிடுகிற சொக்கலிங்கமும் நானும் தான் நண்பர்கள். அவன் நாகர்கோவிலில் பி.காம் படித்தான். நான் தூத்துக்குடியில் படித்தேன். ஜெயித்த சமயம் தெரிந்திருந்தால் அவனை மட்டுமே தெரிந்திருக்கும். தோற்றதால் தான் நாகம்மக்காவையும் தெரிந்தது. 'கறை நல்லது' போல, தோல்வி நல்லது. முதல் தடவை, தோற்று இரண்டாம் தடவையும் அப்படி ஆன ஒரு அதிகாலையில் தான், நான் வீட்டில் சொல்லிக்கொள்ளாமல் திருநெல்வேலியில் இருந்து மதுரைக்குப் புறப்பட்டேன்.

மதுரையில் தான் நாகம்மக்கா, சொக்கன் எல்லோரும் இருந்தார்கள். நாகம்மக்காவுக்கு சர்வோதயாவில் வேலை. பப்ளிக் சர்வீஸ் கமிஷனில் கிடைத்ததாக இருக்கும். சொக்கன் சோத்துக்கடைத் தெரு பாட்டா செருப்புக் கடையில் சேல்ஸ்மேன் ஆகச் சேர்ந்திருந்தான். அல்லது சேரவில்லை. எனக்குச் சரியாகச் சொல்ல முடியவில்லை.

நாகம்மக்கா வீடு நரிமேடு, கட்டபொம்மன் தெருக்கடைசியில் இருந்தது. இப்போது இருக்கும் நரிமேடும் பீபி குளமும் அல்ல, 1968 ல் இருந்தவை. ஒரு டீக் கடை மட்டுமே ஞாபகம் வருகிறது. கட்டபொம்மன் தெரு எல்லாம் அப்போது ஒரு அடையாளம் தான். அதன் வழியாகப் போக வேண்டும். பூசணி படர்ந்து மஞ்சள் கிண்ணமாகப் பூத்துக்கிடக்கும் குப்பை மேடு. வாய்க்காலோ சாக்கடையோ ஒன்று வரும். ஒரு பத்துப் பதினைந்து அடியில் ஒரு மரப்பாலம் ஒடுக்கமாக இருக்கும். அதில் போனால், வயலாகத் திறந்து கிடக்கும் ஒரு இடத்தில், வயல் பக்கம் பார்த்து ஒரேவரிசையில் பொது ஊடு சுவரோடு மூன்று வீடுகள். முதல் வீட்டில் நாகம்மக்கா.

அங்கேதான் போய் நின்றேன். சொக்கனும் ஃபெயில். நானும் ஃபெயில். அக்கா ஒன்றும் சொல்லவில்லை. 'சொல்லிட்டு வந்தியா, சொல்லாம வந்தியா?' என்று கேட்டாள். இதற்கு எல்லாம் பதில் சொல்வோம் என்றா அப்படிக் கேட்பார்கள். ' விடியதுக்கு முந்தியே புறப்பட்டிருப்பே. அப்புறம் குளிச்சுக்கிடலாம். காப்பி குடி' என்றாள். காப்பி குடி என்றால் காலைச் சாப்பாடு என்ற ஆராம்புளி அர்த்தம். நான் அழுதேன். நாகம்மக்கா என் தோளில் கையை வைத்தாள். ' இப்போ என்ன நடந்து போச்சு?' என்றாள். 'ரெண்டு பேரும் சாப்பிடுங்க' என்றாள்.

இதைச் சொல்லும் போது நாகம்மக்காவுக்கு வயது 25 இருக்குமா குறைவாக இருக்குமா தெரியவில்லை. இப்போதும் அப்படித்தான். 75 இருக்குமா, கூடுதலாக இருக்குமா என்று சொல்ல முடியவில்லை. நாகம்மக்காவுக்கு வயது தெரியவே தெரியாது. இப்படிக் குடும்பம் நொடித்து ஊரைவிட்டு வெளியேறி இன்னொரு இடத்தில் கால் ஊன்றுகிற எல்லாப் பெண்களும் தன்னுடைய வயதை ஒரு இடத்தில் நகராமல் நிறுத்திவைத்துவிடுவார்கள் போல. சின்னவயதில் நடுவயதுபோல இருந்தது போல, நாகம்மக்கா அவள் மகன் கல்யாணத்திலும் அதே நடுவயதில் தான் இருந்தாள்.

அந்த நடு வயதுத் தோற்றத்தை நாகம்மக்கா தன்னுடைய அம்மாவின் புகைப்படத்தில் இருந்து எடுத்து தன்னை அப்படியே அந்தச் சாயலில் வார்த்துக் கொண்டிருக்க வேண்டும். நாகம்மக்கா வீட்டுச் சுவரில் ஒரே ஒரு புகைப்படம் தான் இருக்கும். அது நாகம்மக்காவின் அம்மா பழனியாச்சியின் படம். சின்ன வயதிலேயே 'வாவரசி' ஆக இறந்து போன பெண்களை, ஏதோ இன்னொரு படத்தில் இருந்து எடுத்து 'என்லார்ஜ்' செய்து சட்டமிடப்பட்ட முகம். அப்படியே நாகம்மக்கா அம்மா ஜாடை தான். சொக்கனிடமும் என்னிடமும் நாகம்மக்கா ஒரு அம்மாவின் சாயலை மட்டுமே காட்டிக் கொண்டு இருந்தாள்.

நாகம்மக்கா வீட்டில் அவளுடைய அம்மா படம் தவிர எந்தச் சாமி படமும் இல்லை. அவள் சாமி கும்பிட்டு நான் பார்த்ததில்லை. நானாக, நாகர்கோவில் பக்கத்தில் ஏற்றுகிற வாழைப்பூ விளக்கை அந்த ஒற்றைத் தட்டு நரிமேடு கட்டபொம்மன் தெரு வீட்டில் வரைந்துகொள்கிறேனே தவிர நாகம்மக்கா விளக்கேற்றுகிற ஒரு காட்சியை என்னால் எந்த நினைவின் ஆழத்திலிருந்தும் மீட்க முடியவில்லை. அவளுடைய வெளிச்சமே போதும் என்று நினைத்திருக்க வேண்டும்.

சொக்கன் தன் பெயரை எஸ்..சொக்கலிங்கம் என்று எழுதுவான். அதாவது சிவதாணு சொக்கலிங்கம். நாகம்மக்கா தன் பெயரை பி.நாகம்மாள் என்று எழுதுவாள். பழனியாச்சி நாகம்மாள் என்பதாக. நாகர் கோவில் பக்கம் மகன்கள் அப்பாவின் இனிஷியலையும் பெண்கள் அம்மாவின் இனிஷியலையும் போட்டுக்கொள்வார்களோ என்னவோ. ஆனால் றி.நாகம்மாள் என்ற பழனியாச்சி நாகம்மாள் பின்னாளில் பிரகாஷ் அத்தானைக் கட்டிக் கொண்ட பின், அதே றி. நாகம்மாள் ஆகவே, பிரகாஷ் நாகம்மாள் ஆகவே இருந்தாள்.

நாகம்மக்கா வீட்டு பிரகாஷ் அத்தான் ரொம்ப மென்மை. பேசவே மாட்டார் என்பதைக் கொஞ்சம் தாராளமாகச் சொன்னால், குறைவாகத்தான் பேசுவார் என்று சொல்லலாம். மற்றப்படி உதடு கூட்டி, பல் தெரியாமல் ஒரு சிரிப்புச் சிரிக்கையில் பேரழகன் ஆகிவிடுவார். முன் பின் தெரியாத இடம். மதுரைக் காரர்கள் குடும்பம்தான். ஆனால் அருமையான மனிதர். நாகம்மக்கா அவளே விசாரித்து அவளே பேசி அவளே சுருக்கமாக நடத்திக்கொண்ட கல்யாணம். நாகம்மக்கா ஒரு நல்ல டீச்சர் போலவும் பிரகாஷ் அத்தான் ஒரு நன்றாகப் படிக்கிற பையன், வியாச நோட்டுகளை எடுத்துக்கொண்டு கூட வருவது போலவும் இருப்பார்கள் . முன்பே சொன்னது போல, ஒரு நடுத்தர வயதின் நிதானம் அந்த வயதிலேயே அக்காவுக்குக் குடும்பம் நடத்துவதில் வந்திருந்தது.

அப்புறம் நானும் பி.காம் பாஸ் பண்ணினேன். எம்ப்ளாய்மெண்ட் எக்சேஞ்சில் பதிந்தேன். வேலை இல்லாமல் இருந்தேன். சர்வீஸ் கமிஷன் எழுதினேன். எல்.ஐ.சி தேர்வு எழுதினேன். ஸ்டேட் பேங்க் தேர்வு எழுதினேன். சமூக நலத் துறையிலும் ஸ்டேட் பேங்க்கிலும் வேலை கிடைத்தது. வங்கிப் பணியில் சேர்ந்தேன். கல்யாணமும் ஆயிற்று.

கல்யாணத்திற்கு நாகம்மக்கா வந்திருந்தாள். நான் கூட, முகத்தை முதன் முதலாக, தாலி கட்டும் போதுதான் பார்த்தேன். நாகம்மக்கா, கல்யாண மண்டபத்துக்குப் பக்கமாகப் பெண் வீடு இருந்ததால், நேரடியாக அங்கேயே போய்விட்டாள். என்னை விடவும் , எங்கள் வீட்டு ஆட்களையும் விட முதல் ஆளாகப் போய் இன்னார் என்று சொல்லி அறிமுகமாகிக் கொண்டவள் நாகம்மக்கா..

‘சரியா விடியக் கூட இல்லை. குளிச்சு முழுகி தலையை விரிச்சுக் காயப் போட்டுக்கிட்டு இருக்கேன். மதுரையில இருந்து வாரேன். நான் கல்யாணிக்க ஃப்ரண்ட் சொக்கனுக்க அக்கா. நாகம்மாண்ணு, முதல் ஆளா இவங்க வந்து நிக்காங்க’ என்று நாகம்மக்கா வந்ததை சங்கரியம்மா சிரித்துக் கொண்டே சொல்வாள்.

நாகம்மக்கா எப்போதும் அப்படித்தான். மிக இயல்பாக எல்லா இடத்திற்கும், எல்லோரிடமும் முதல் ஆளாகப் போய்ச் சேர்ந்துவிட அவளுக்கு முடியும். எல்லா இடத்துக்கும், எல்லோரிடமும் போய்ச் சேர்ந்துகொள்வதை விட உலகத்தில் கூடுதலான ஒன்று இருக்கிறதா என்ன?

‘நாகம்மக்காவிடம் அப்படி என்ன இருக்கிறது. இவரைப் போலத்தான் ஆயிரம் பேரைச் சொல்லலாமே’ என்று கேட்கலாம். அதுதான் எனக்கும் முக்கியம். இவரைப் போல ஆயிரம் பேர் இருக்கிறார்கள் என்ற வெளிச்சத்தை முதல் முதல் கொடுத்த மனுஷி என்பதால் தான் நாகம்மக்கா எனக்கு முக்கியம். எந்தப் பாறையையும் புரட்டாமல், தன் போக்கில் தன் பாதையில் ’இப்ப என்ன நடந்து போச்சு?’ என்று சென்றுகொண்டே இருந்தது எனக்குப் பெரிய ஆதாரம்.

என்னிடம் நாகம்மக்காவின் படம் ஒன்று கூட இல்லை. அப்படியே இருந்து உங்களிடம் காட்டினாலும், ‘மூக்கு நன்றாக இருந்தது, முழி நன்றாக இருந்தது என்று சொல்ல இந்த முகத்தில் தீர்க்கமாக அப்படி ஒன்றுமே இல்லை’ என்று யாராவது சொல்லலாம். ஒன்றுமே இல்லாதவர்களால் மட்டுமே அழைத்துச் செல்லப்பட முடிகிற நல்ல இடங்கள் இந்த வாழ்க்கையில் நிறைய இருக்கின்றன. நான் அப்படிச் சில அடைந்திருக்கிறேன்.

நாகம்மக்காவிடம் ‘உங்க படம் ஒண்ணு வேணும். கொடுங்கக்கா’ என்று கேட்டால், ஒரு வேளை சொல்லக் கூடும், ‘எம் படம் எதுக்கு? அதுதான் எங்க அம்மைக்க படம் இருக்கே’.

நாகம்மக்கா இதைச் சொல்லும் போது சிரிப்பாள். தேய்ந்த முன் பற்களும் ஈறும் தெரிய, கண்கள் இடுங்க. அது அவள் உள்ளே, என் உள்ளே, எல்லோரின் உள்ளே இருந்து வருகிற சிரிப்பு.

நாகம்மக்கா மெய்யாகவே ஒரு நல்ல உயிர். நல்ல உயிர் எல்லாமே நாத வடிவானவர்கள். எனக்கு நாக வடிவானவர்கள்.

நாகம்மக்காவாக மட்டுமல்ல. எல்லா ஆண்களையும்

இருளற்று வைத்திருக்கிற, ஒளியிலே தெரியச் செய்கிற, ஏதோ ஒரு பெண்ணாக இருந்தால் போதும்.

அது வாழைப்பூ விளக்காகத்தான் இருக்க அவசியமில்லை. எங்கள் வீட்டுப் பட்டாசல் விளக்கு மாடத்தில் ஏற்றுகிற குத்துவிளக்காக, அரசு விழாக்களில் மேன்மக்களால் மெழுகுவர்த்தியால் ஐந்து முகங்களில் ஏற்றப்படுகிற ஆறடி உயர அன்னவிளக்காக, அல்லது கேரள ஷேத்திரங்களின் கதகளி ஆட்டங்களில் நெடுநெடுவென நிற்கிற உச்சியில் செம்பருத்தி சூடின விளக்குகளாக இருக்க அவசியமில்லை. கார்த்திகைக்கு ஏற்றப்படும், நாங்கள் இருக்காஞ்சட்டி விளக்கு என்றும் நீங்கள் கிளியாஞ்சட்டி விளக்கு என்றும் சொல்கிற சுடுமண் விளக்குகளாக இருந்தால் போதும்.

நெருஞ்சியைப் போலக் குறிஞ்சியும் ஒரு பூ. எது எல்லாம் மலர்கிறதோ, எதுவெல்லாம் மலர்த்துகிறதோ அது எல்லாம் பூ.

அந்தப் பூ போலத் தான் விளக்கும் வெளிச்சமும். திருவனந்தபுரம் அருங்காட்சியகத்தில் என் உயர்நிலைப்பள்ளி எக்ஸ்கர்ஷன் ஒன்றில் பார்த்த, அந்த விளக்கேந்தி வரும் பெண்ணை நான் நேரில் பார்த்ததில்லை. ஆனால் நான் நேரில் பார்த்த பெண்கள் அனைத்துமே அந்த விளக்கேந்தி வரும் பெண்கள் தான். அவர்கள் இருட்டில் வருகிறார்கள். அவர்களின் உயர்த்தின கைகளில் ஒரே ஒரு சிற்றகல் நெஞ்சின் அருகில் இருக்கிறது. அவர்கள் முகத்தின் கீழிருந்து மேலாக அந்த மெல்லொளி படர்கிறது. அவர்கள் அந்த அகலை அணையாது பார்த்துக் கொள்வார்கள். அதன் மூலம் 'தீபம், தீபம்' எனச் சொல்லியும் சொல்லாமலும் இன்னும் அவர்களின் வாசல் நடையில் இன்னும் நிறைய விளக்கேற்றுவார்கள்..

என் பழைய கவிதை வரியைப் போல..

எரிந்த பொழுதில்
இருந்த வெளிச்சத்தை விட
அணைந்த பொழுதில்
தொலைந்த வெளிச்சம்
பரவுகிறது மனதில்
பிரகாசமாக.

...

எத்தனை அன்பு... எவ்வளவு புரிதல்... எல்லாமும் பிரியம்.

இருளகற்றிப் பூச்சொரியும் பெண்கள் எல்லோரிடமும் தருவதற்கும் பெறுவதற்கும் நிறைந்திருக்கிறது பேரன்பு.

ஒரு சிறு இசையை மெல்ல மிதக்கவிட்டு, நல்ல உயிர்கள் வழியே கேட்கத் தருகையில், நம் உள்ளும் புறமும் அன்பின் சுடராக அசைந்துகொண்டே இருக்கிறார் வண்ணதாசன்.

இயக்குநர் கி.மணிவண்ணன்

நல்லவுயிர் நீயெனக்கு

அது அமாவாசை முடிந்த வளர்பிறைக் காலம். இரவு பதினோரு மணியிருக்கும். நல்ல இருட்டு. வயலுக்குத் தண்ணீர் பாய்ச்ச, மோட்டார் போடுவதற்குப் போய்க்கொண்டிருந்தோம், நானும் என் அம்மாவும். பத்துமணிக்கு மேல்தான் பம்ப்செட்டுக்கு கரண்ட் வரும்.

அங்கங்கே கூரான கப்பிக் கற்கள் நிறைந்த மண்சாலை. மண்ணெண்ணை விளக்கு வெளிச்சம் மட்டும்தான். அதுவும் காற்றில் அடிக்கடி அணைந்து போக, ஒரு வேலிக்காட்டாமணி செடிகளுக்கடியில் விளக்கை வைத்துவிட்டு இருட்டில் நடக்கிறோம்.

'சர.. சர..' வென சத்தம்.

ஒருபுறத்தில்இருந்துஅடுத்தகொல்லைக்குபோகிறது ஒரு நல்ல பாம்பு. அந்த இருட்டிலும் சாம்பல் கலந்த மஞ்சள் நிறத்தில் மினுமினுக்கிறது. கொஞ்சம் காத்திருந்து பாம்பு நகர்ந்தவுடன் நடக்கிறோம்.

சாலையின் குறுக்கே ஒரு பெரிய வாய்க்கால். அதன் பெயர் கார்வாய்க்கால். இரண்டு பக்கமும் சிமெண்ட் மதகுக்கட்டை. வலதுபக்கம் திரும்பி ஒரு கரையில், நடந்து பழகிய அந்தப் பெரிய வரப்பில் போக வேண்டும்.

வாய்க்காலில் தண்ணீர் லேசாக சலசலக்கிறது. இரு பக்கமும் வயல்களில் இருந்து மோட்டைப் பாய்ந்து வாய்க்காலில் கசியும் நீர்ச் சத்தமும் மெலிசாகக் கேட்கிறது.

ரோட்டைவிட்டு கீழே இறங்கும்போது,

"நீ வரப்புல பாத்து வா.."

என்று அம்மா சொல்ல,

"நான் உன் கையைப் புடிச்சிக்கிறேம்மா.. நீயும் வரப்புலயே வா.." என்றேன் நான்.

ஆனால் கேட்காமல் சட்டென்று வாய்க்காலில் இறங்கிவிட்டார். கண் பார்வைக் குறைவால் வரப்பின் மேடு பள்ளத்தில் அம்மாவால் நடக்க முடியாது.

நீர் ஓட்டமில்லாததால் வாய்க்காலில் கடுமையான உலை. அமைதியான இரவில் சேற்றுத் தண்ணிரில் இறங்கி நடக்கும் சத்தம்,

'சலக்.. சலக்..' என்று பெரிதாக கேட்டது.

ஒவ்வொரு முறை காலை எடுத்து வைக்கும்போதும் தண்ணீரில் அலை கிளம்பி, வாய்க்காங்கரை ஓரத்தின் நண்டுவலைகளில் மோதித் திரும்பும்.

ஒரு சாரைப்பாம்பு தவளையைக் கவ்வியிருந்தது.

'க்வாவ்..... க்வாவ்'

பலமுறைப் பார்த்த காட்சிதான். இப்போது, தவளையின் சத்தத்தால் அது ஒரு இருட்டுச் சித்திரமாகியிருந்தது மனசுக்குள்.

இடைவெளி விட்டு, இடைவெளி விட்டுக் கத்திய தவளையின் சத்தம் காதைக் கிழித்தது. இரவுப்பூச்சிகள், வயல்தவளைகள் சத்தமும் சேர்ந்து கலவையாக அந்த இரவை ஆக்கிரமித்திருந்தன.

முழங்கால் வரை தண்ணீர். சேற்றில் ஒரு அடி எடுத்து வைக்க அவ்வளவு சிரமம். ஒரு காலை ஊன்றி அடுத்த காலை எடுத்து வைப்பது சாதாரண காரியமில்லை.

ஊரில் இந்த வருடம் வாய்க்கால் வெட்டி சீரமைக்கவில்லை. கரையோரத்தில் சீலைப் புல்லும், கோரையும் காடாக மண்டிக் கிடந்தன.

போகும் வழியில் வாய்க்கால் நடுவே தண்ணீரைத் தடுத்து

வயலுக்குத் திருப்ப ஒரு கவணை கட்டியிருந்தார்கள். மூங்கில் முளைக்குச்சி ஊன்றி, பனைமட்டைகள் சேர்த்துக் கட்டி அதன் மேல் மண்கொட்டி வலுவாகக் கட்டப்பட்டிருந்தது.

இப்போது அந்தக் கவணை பயன்பாட்டில் இல்லாததால், வாய்க்காலில் தண்ணீர் ஓட அதில் சிறிய வழி இருந்தது. அந்தக் குறுகிய பாதை வழியே நடந்து ஒருக்களித்துத் திரும்பி கால் வைக்கும்போது, அம்மாவின் புடவைநுனி பனைமட்டையில் மாட்டிக்கொண்டது. குனிந்து திரும்பி, புடவையை இழுக்கும்போது சேற்றில் கால் உள்வாங்கித் தடுமாறியது. புடவையோடு உடம்பு முழுவதும் கெட்டியான சேற்றுத் தண்ணீர். காலை உருவித் தாண்டினார் அம்மா. இருட்டில் ரொம்ப சிரமம் அது. எழுபது வயதிலும் அந்த மனத் தைரியம் இருந்தது.

"என்னம்மா ஆச்சு..?"

சட்டென்று நின்று கேட்டேன்.

"ஒண்ணுமில்ல வா.."

என்னைப் பெற்றெடுக்காத அம்மா வளர்த்தெடுத்த க.பட்டு அம்மாள். நான்தான் அவருக்குக் குழந்தை; முதல் பிள்ளை; மூத்த பிள்ளை. அவர் எனக்குப் பாட்டி. ஆனால் 'அம்மா' என்றுதான் கூப்பிடுவேன்.

பட்டு அம்மாள் கந்தசாமி தம்பதிக்கு குழந்தை இல்லை. தம்பி மகளை சுவீகாரம் எடுத்துத் தன் மகளாக வளர்த்தார் தாத்தா கந்தசாமி. நான் பிறந்தேன். குடும்பத்துக்கு முதல் வாரிசு.

மேக்கிரிமங்கலம் கிராமத்தில் ஊர்ப் பஞ்சாயத்து நாட்டாண்மை கந்தசாமி தாத்தா. மனைவி பட்டு அம்மாள் முழுநேர விவசாயி. குடும்ப நிர்வாகி.

மிக செல்லமாக வளர்ந்தேன் நான். என்னுடைய மூன்று நான்கு வயதுகளில், ஊர்ப் பஞ்சாயத்துக்கு, வயல்வெளிக்கு, வாழை, கடலைக் கொல்லைக்கு, மாடு வாங்க, தரகு பேச எங்கு போனாலும் தோளில் தூக்கிக் கொண்டு போய்விடுவார் தாத்தா.

தினமும் சாயங்காலம் குத்தாலம் டவுனுக்கு நடந்து போவோம். நான் கழுத்தில் உட்கார்ந்து முன்னால் காலைத் தொங்கப்போட்டுக்கொள்வேன். தலை முண்டாசைப் பிடித்துக்கொண்டே வேடிக்கை பார்த்து வருவேன். நெல் கொண்டு போக, உரம் வாங்கிவர பாறைவண்டி கட்டிக்கொண்டு போவோம்.

குத்தாலம் டவுனில் எண்ணெய் வியாபாரம் நடக்கும் விளக்கெண்ணெய் கடைதான் ஊர் மக்கள் சந்திக்கும் இடம். மாலை ஏழு மணியளவில் மாடுகளுக்கு அந்தக் கடையில் புண்ணாக்கு வாங்கி வைத்துவிட்டு, சில நேரங்களில் மாடுகளுக்கு மூக்குக் கயிறு, தலைக் கயிறு வாங்கிக் கச்சிதமா கட்டி வைப்பார்கள்.

சுடச்சுட இட்லி வாங்கிச் சாப்பிடுவோம். தாத்தா தரையில் உட்கார்ந்து என்னை மடியில் வைத்துக்கொண்டு ஊட்டிவிடுவார். அந்தக் காட்சி.. தாத்தாவின் அகன்ற பாதங்கள் இப்போதும் கண்ணிலேயே இருக்கிறது.

'தப்பு செஞ்சவங்கள கட்டி வச்சு அடிச்சிட்டுத்தான் விசாரணையே பண்ணுவாரு உங்க கந்தசாமி தாத்தா. புளியம் விளார், திருக்கை மீன்வால் இதெல்லாந்தான் ஆயுதம்'

அப்போது இளவட்டமாக இருந்த, இப்போதைய சம்சாரிகள் சொல்லக் கேட்டிருக்கிறேன்.

தீபாவளி பொங்கலுக்கு ஊருக்கெல்லாம் வாழைத்தார், பச்சரிசி, தேங்காய் கொடுக்கும் தாராள மனசு பட்டு அம்மாவுக்கு. வயலில் வேலை செய்யும் குடும்பங்களுக்குச் சீர்செய்து திருமணம் செய்து வைத்திருக்கிறார் தாத்தா.

கந்தசாமி தாத்தாவும் நானும் ஒரு நாள் வாழைக்கொல்லைக்குப் போனோம். வழியில் மயங்கி விழுந்தவர், கழுத்தில் அடிபட்டு ஆஸ்பத்திரியில் கொஞ்ச நாள் இருந்து இறந்து போனார்.

தவித்துப் போனார் பட்டு அம்மாள். ஆனால் வெளியில் காட்டிக்கொள்ளவில்லை. நான் அம்மாவுக்கு இன்னும் நெருக்கமானேன்.

பட்டு அம்மாவுக்குக் கொஞ்சம் கண்டிப்பு, கோபம். தன்மானம் அதிகம். தாத்தாவே சிலநேரம் பயப்படுவார். கஷ்டப்பட்டு குடும்பத்தைக் கட்டிக் காத்தார். கடுமையான உழைப்பாளி. மற்றவருக்கு கொடுத்து சிவந்த கை. ஈர மனசு.

எனது பட்டு அம்மாவிடம்தான் தாயின் அரவணைப்பை முழுவதும் நான் உணர்ந்திருக்கிறேன்.

எனக்குச் சின்ன வயதிலிருந்தே சளி, காய்ச்சல் என்பது அடிக்கடி இருக்கும். பெற்றோர் இருந்தாலும் பட்டு அம்மாதான் இடுப்பில் தூக்கிக்கொண்டு, டாக்டரிடம் கூட்டிப் போவார்.

நாற்பது கிலோ மீட்டர் தொலைவில் உள்ள கும்பகோணத்துக்கு, இரண்டு பஸ் மாறவேண்டும். பஸ்ஸ்டாண்டில் இருந்து இரண்டு கிலோமீட்டர் தொலைவில் நகரத்துக்குள் மருத்துவமனை. சைக்கிள் ரிக்சா கிடைக்கவில்லையென்றால் அந்த எழுபது வயதில் அவ்வளவு தூரம் என்னைத் தூக்கிக்கொண்டுதான் போவார். நான் துவண்டுபோய் தோளில் சாய்ந்து கிடப்பேன்.

உடம்பு சரியாகும்வரை இரண்டு மூன்று தடவையும் இப்படித்தான். எப்போதாவது துணைக்குப் பக்கத்து வீட்டு உறவுக்கார ஞானசுந்தரியைக் கூப்பிட்டுக் கொள்வார்.

கிராமத்திலிருந்து மயிலாடுதுறை டவுனுக்கு பெரியம்மா– பெரியப்பா வீட்டில் தங்கிப் படிக்க அனுப்பினார்கள். எனக்கு அந்த ஐந்தாறு வயதில் பட்டு அம்மாவையும், வீட்டையும், ஊரையும் விட்டுவிட்டு இருக்க முடியவில்லை.

ஒரு நாள் செயிண்ட் பால்ஸ் பள்ளிக்கூடம் போய்விட்டு நேராக பெரியம்மா வீட்டுக்குப் போகாமல், யாருக்கும் தெரியாமல் மயிலாடுதுறை பஸ்ஸ்டாண்டுக்குப் போய்விட்டேன். தெரிந்தவர்கள், ஊர்க்காரர்கள் யார் கண்ணிலும் படாமல் ஒரு டீக்கடையில் இருந்தேன். கடைசி பஸ்சுக்கு போய்விடலாம் என்று. கையில் காசு கிடையாது. கடைசி பஸ்சும் போய்விட்டது.

ஊரில் ஒரே அமர்க்களம். என்னை எங்கெங்கோ தேடிக்கொண்டு இருந்திருக்கிறார்கள். ராத்திரி முழுவதும் யாரும் தூங்கவில்லை. 1982ஆம் வருடம். அப்போது போன் வசதி எல்லாம் பெரிதாகக் கிடையாது. எனது தாய்மாமா நடராஜன் இரவு முழுவதும் அலைந்து தேடி இருக்கிறார்.

டீக்கடைக்கார் என்னை விசாரித்தார்.

'என்னப்பா, சின்னப்புள்ள இப்படி செஞ்சுட்ட...?'

என்று டீ, பன் கொடுத்து இரவு அங்கேயே தங்க வைத்தார். பஸ்சுக்கு ஒரு ரூபாய் இருபது பைசாவும் கொடுத்தார்.

நியூஸ் பேப்பர் தரையில் விரித்து டீக்கடையிலேயே தூங்கி விட்டேன். அதிகாலை நாலு மணிக்கு முதல் பஸ் ஏறி எனது மேக்கிரிமங்கலம் கிராமத்துக்கு வந்துவிட்டேன்.

ஊரில் விடிய விடிய எல்லோரும் உட்கார்ந்து இருக்கிறார்கள். நான் போய் பஸ்ஸில் இறங்குகிறேன். என்னைப் பார்த்ததும் ஒரே அழுகை, கோபக் குரல்கள்.

எல்லோரும் சத்தம் போடுகிறார்கள். ஆனால் பட்டு அம்மா மட்டும் என்னை எதுவுமே சொல்லவில்லை.

'இவன் இனிமேல் வீட்டை விட்டுட்டு வெளிய இருக்கமாட்டான்'

என்னைப் புரிந்துகொண்டார். பக்கத்து ஊரான பழையகூடலூர் பள்ளிக்கூடத்தில் நான்காம் வகுப்பு சேர்த்துவிட்டார்கள்.

சினிமாவுக்குப் போக வேண்டுமென்றால் ஒரு நாள் முழுவதும் சிணுங்கி அழவேண்டும், அதுவும் சாப்பிடாமல். சாயங்காலம் காசு கொடுப்பார்.

'என்ன ஆச்சி.. பெரிய புள்ள காலைலேர்ந்து அழுதுகிட்டு நிக்குது?'

வயலிலோ, கடலைக்கொல்லையிலோ வேலை பார்ப்பவர்கள் என்மேல் பரிதாபப்பட்டுக் கேட்பார்கள்.

'ம்..ம்..ம்.. இசுக்கு என்னா ஆஆ.. அது அழுவும்.. ரொம்ப கொலாவுறாரு இப்பதான் நெலாவுல.. சினிமாவுக்குப் போவுணுமாம்.. சினிமா ஆஆவுக்கு.. '

ஒவ்வொரு வார்த்தையையும் நீளமாக இழுத்து இழுத்துப் பேசுவார்.

'இருக்குற இருப்புல அது ஒண்ணுதான் கொறச்ச இப்ப.. க்கும்..'

குரலை இழுத்துச் சொடுக்கிப் பேசி, கழுத்தை வெட்டித் திருப்புவார். முகம் லேசாகக் கடுகடுக்கும்.

குளத்திலோ ஆற்றிலோ நீண்ட நேரம் ஆட்டம் போட்டுக் குளித்துவிட்டு வந்தால்,

'ரொம்ப நல்ல மைய்யான்.. பச்சத் தண்ணியில குதியாலம் போட்டுட்டு வாறாரு. அப்புறம் லொக்கு லொக்குன்னு இருமிக்கிட்டு சொரம் வந்து கட..'

என்று பூசை வைப்பார்.

1990 ஆம் வருடம். சிரமப்பட்டு பத்தாயிரம் ரூபாய் பணம் கட்டி, ஏ.வி.சி.சி.பாலிடெக்னிக் கல்லூரியில் என்னை சேர்த்தார். கிராமத்து வாழ்க்கையில், ஒரு விவசாய குடும்பத்தில் அப்போது அது மிகப் பெரிய தொகை. வருட விவசாய வருமானமே சில ஆயிரங்கள்தாம்.

அப்புறம் கல்லூரி போக வர, எழுநூற்றைம்பது ரூபாய்க்கு ஒரு ரிலே சைக்கிள் வாங்கிக் கொடுத்தும், முதன்முதலில் காலில் ஷூ போட்டுக்கொள்ள பணமும் கொடுத்தார்.

திடீரென்று நடுராத்திரியில் வாசலில் உட்கார்ந்து பெருங்குரலெடுத்து ஒப்பாரி வைத்து அழுவார். அது ஊருக்கே கேட்கும். அவர் வயசுக்கார பெண்கள் ரொம்ப நேரம் அழவிட்டுக் காத்திருந்து ஆசுவாசப்படுத்துவார்கள்.

1994. எனக்கு வயது பத்தொன்பது. கோயம்புத்தூரில் படிப்பதற்காக கிளம்பினேன். ஆறுமாத படிப்புதான். பட்டு

அம்மா மட்டும் என்னை பஸ் ஏற்றி விட வந்தார். வீட்டுக்குப் பக்கத்திலேயே பேருந்து நிறுத்தம்.

பஸ் வந்தவுடன் வாய்விட்டு அழுதார். எனக்கு ஒன்றும் புரியவில்லை. நானும் அழுதுவிட்டேன். பயணம் முழுவதும் பட்டு அம்மாவின் ஞாபகம். வளர்ந்த வயதில்... அப்போதுதான், அவரின் பாசம் புரிந்தது.

வேலைக்குப் போய் முதல் மாத சம்பளத்தைக் கொடுத்தேன். அப்படியே என்னிடம் திருப்பிக் கொடுத்துவிட்டார்.

சிறிது நிலம், வாழைக்கொல்லையை விற்று கொஞ்சம் கடன்பட்டு மாடி வீடு கட்டினார். சொந்தத் தொழில் செய்துகொண்டிருந்ததால் என்னால் முடிந்ததைச் செய்தேன்.

வீடு குடிபோகும்போது என்னை உட்கார வைத்து மாலை போட்டு எல்லா சடங்குகளையும் செய்யவைத்து, பக்கத்தில் தள்ளி உட்கார்ந்து கொண்டார்.

சின்னக் கோபம் காரணமாக சில நாட்கள் நான் பேசவில்லை. அவரும் கொஞ்சம் 'உர்..' என்று இருந்தார். ஒரு நாள் எனக்குக் கடுமையான காய்ச்சல். அப்போது என் கைகளைப் பிடித்துக்கொண்டு புலம்பி அழுதார்.

"ஒரு போர்வை வாங்கிக் குடு"

வாழ்நாளில் அவர் என்னிடம் கேட்டது ஒன்றே ஒன்று மட்டும்தான்.

மயிலாடுதுறை கறார் ஜவுளிக்கடையில், சந்தனம், ஆரஞ்சு கலந்த வண்ணத்தில் வாங்கி வந்து நானே போர்த்திவிட்டேன்.

கல் தோடும், நெளி வளையலும் தங்கத்தில் வாங்கித் தரவேண்டும் என நினைத்திருந்தேன்.

சமீபத்தில் ஊருக்குப் போயிருந்த போது எனது பெரியம்மாவிடம் பேசிக்கொண்டிருந்தேன். ஒரு சம்பவத்தை நினைவு கூர்ந்தார்.

சிங்கப்பூர் அதிபராயிருந்த திருமிகு. எஸ்.ஆர். நாதன் அவர்களைப் பற்றி, எனது பெரியம்மா சிறு வயதாக இருந்தபோது அவரிடம் சொல்லியிருக்கிறார் பட்டு அம்மா.

'அவரு என்னோட தாய்மாமா செல்லப்பனின் மகன். ரொம்ப நாளைக்கு முன்னாடியே மாமா சிங்கப்பூர் போய்ட்டாங்க. அங்கேயே கல்யாணமாகி, ராமேஸ்வரம் வந்து சாமி கும்பிட்டு

இவர் பொறந்தார். அதனாலதான் 'இராமநாதன்'னு பேரு வச்சாங்க..'

இப்படி ஒரு விஷயத்தை மிகச் சாதாரணமாக சொல்லிவிட்டு தன் வேலையைப் பார்க்க போய்விடும் குணம்தான் பட்டு அம்மாவுக்கு.

மழை, வெயில், பசி, தூக்கம், கவலை, துரோகம், வறுமை, ஏமாற்றம் இதெல்லாம் கடந்து வைராக்கியத்தோடு என்னை வளர்த்து, கல்லில் எழுத்து போல எனக்குள் ஒரு உத்வேக நெருப்பைப் பற்ற வைத்தது பட்டு அம்மாதான்.

என்னை இடுப்பில் தூக்கும்போதும், எப்போதாவது என்னைப் பார்த்து அழும்போதும், தாய்மை அடையாத என் பட்டு அம்மா தாய்மை உணர்வை உற்றிருக்கிறார். இதை பின்புதான் நான் புரிந்து கொண்டேன்.

மருத்துவமனைக்குப் போனதில்லை. பெரும்பாலும் மாத்திரைகள் போடமாட்டார்.

பக்கத்துவீட்டில் தாய்வழித் தாத்தா ஜெகந்நாதன் இறந்துபோன மூன்றாம் நாள் அது. வயிற்று வலியால் படுத்திருந்தார் பட்டு அம்மா.

அந்த இரவு.. வீட்டில் யாரும் இல்லை. பாலைக் காய்ச்சி ஒரு பெரிய குவளையில் வாயில் வைத்துக் கொடுத்தேன்.

"மடக் மடக்" என்று குடித்தார்.

படுக்கையில் தானாக படுக்க முடியவில்லை.

'கீழே தள்ளி விடு..' என்றார்.

மெதுவாகப் படுக்கவைத்துப் போர்த்திவிட்டேன்.

மறுநாள் எனக்கு எம்.பி.ஏ செமஸ்டர் தேர்வு. அடுத்த அறையில் படித்துக்கொண்டே தூங்கிவிட்டேன். அதிகாலையில் ஒரே சத்தம்.

"ஏ.. மணிவண்ணா....."

பக்கத்து வீட்டு ஞானசுந்தரியின் பெருங்குரல் எனக்கு எங்கோ கேட்டது.

சத்தம் கேட்டு, தூக்கக் கலக்கத்தில் வெளியே ஓடி வந்தேன். தெரு மக்கள் எல்லோரும் எங்கள் வீட்டில் இருந்தார்கள்.

பட்டு அம்மா படுக்கையில் பெரிதாக மூச்சு விட்டுக்

கொண்டிருந்தார். பதறிப்போய் அம்மாவின் இரண்டு கால்களையும் பிடித்துப் பாதத்திலிருந்து முழங்கால் வரை நீவிவிட்டேன்.. பதட்டத்துடன்.

எனக்காகக் காத்திருந்தது போல, அடுத்த ஐந்து நிமிடத்தில் கண் மூடிவிட்டார் பட்டு அம்மா.

அனாதை ஆனேன் நான்.

வயது முதிர்ந்த, அன்பு நிறைந்த, மிகுந்த தன்மானம் கொண்ட ஒரு பெண்ணால் வளர்க்கப்பட்டவன், நிராதரவானேன்.

வரப்பில், நல்ல தரையில் என்னை நடக்க வைத்து விட்டு, பட்டு அம்மா மட்டும், சேறு சகதியான வாய்க்காலில் கடந்து போய்க்கொண்டே இருக்கிறாள்...

நான், எங்கள் கழுவன்வயல் தலைமாட்டில், கார்வாய்க்கால் மதகு சிமெண்ட் கட்டைக்கு அருகில் தனிமையில் நின்று, சிறு குழந்தையாய் தேம்பித் தேம்பி அழுதுகொண்டிருக்கிறேன்.

★